माणूस नावाचे बेट

विजय तेंडुलकर यांची नाटके

नाटक

अशी पाखरे येती
एक हट्टी मुलगी
कमला
कन्यादान
कावळ्यांची शाळा*
कुत्रे
गिधाडे
गृहस्थ*
घरटे अमुचे छान
घाशीराम कोतवाल
चिमणीचं घरं होतं मेणाचं
चिरंजीव सौभाग्यकांक्षिणी
झाला अनंत हनुमंत
त्याची पाचवी***
दंबद्वीपचा मुकाबला
नियतीच्या बैलाला**
पाहिजे जातीचे
फूटपायरीचा सम्राट
बेबी
भल्याकाका
भाऊ मुरारराव
मधल्या भिंती
माणूस नावाचे बेट
मित्राची गोष्ट
मी जिंकलो! मी हरलो!
विठ्ठला
शांतता! कोर्ट चालू आहे
श्रीमंत
सखाराम बाइंडर
सफर**
सरी ग सरी

एकांकिका

समग्र एकांकिका : भाग १
समग्र एकांकिका : भाग २
समग्र एकांकिका : भाग ३

बालवाङ्मय

इथे बाळं मिळतात
चांभारचौकशीचे नाटक
चिमणा बांधतो बंगला
पाटलाच्या पोरीचं लगीन
बाबा हरवले आहेत
बॉबीची गोष्ट
राजाराणीला घाम हवा

अनुवादित

आधे अधुरे
(मूळ लेखक : मोहन राकेश)
तुघलक
(मूळ लेखक : गिरीश कार्नाड)
मी कुमार
(मूळ लेखक : मधु राय)
लिंकन यांचे अखेरचे दिवस
(मूळ लेखक : मार्क फॉन डॉरन)
लोभ नसावा ही विनंती
(मूळ लेखक : जॉन पॅट्रिक)
वासनाचक्र
(मूळ लेखक : टेनेसी विल्यम्स)

---

* 'गृहस्थ'चे पुनर्लेखन : 'कावळ्यांची शाळा'
** ध्वनिफितीच्या रूपानेही प्रकाशित
*** मूळ इंग्रजी : His Fifth Woman (अनु. चंद्रशेखर फणसळकर)

माणूस नावाचे बेट

विजय तेंडुलकर

पॉप्युलर प्रकाशन, मुंबई

माणूस नावाचे बेट
(म - १०८३)
पॉप्युलर प्रकाशन
ISBN 978-81-7185-881-1

MANOOS NAVACHE BET
(Marathi : Play)
Vijay Tendulkar

पहिली आवृत्ती : १९५६ / १८७८
मौज प्रकाशन, मुंबई
तिसरी आवृत्ती : १९८७ / १९०९
नीलकंठ प्रकाशन, पुणे
चौथी आवृत्ती : २००५ / १९२७
पुनर्मुद्रण : २०१८ / १९४०

प्रकाशक
हर्ष भटकळ
पॉप्युलर प्रकाशन प्रा. लि.
३०१, महालक्ष्मी चेंबर्स
२२, भुलाभाई देसाई रोड
मुंबई ४०००२६

अक्षरजुळणी
एच. एम. टाइपसेटर्स
११२०, सदाशिव पेठ
विद्याधर अपार्टमेंट्स
निंबाळकर तालीम चौक
पुणे ४११०३०

तिसऱ्या आवृत्तीच्या निमित्ताने

हे नाटक ज्या काळात लिहिले त्याचे संदर्भ नाटकात अपरिहार्यपणे आलेले आहेत.
ते बदलून नवे करावेत अशी सूचना या नव्या आवृत्तीच्या निमित्ताने होती.
तिच्यावर विचार करून, तसे न करण्याचे ठरवले.
प्रयोग करावयाचा झाल्यास या प्रकारचे संदर्भ काळजीपूर्वक बदलून घेण्याला हरकत नाही.
परंतु नाटकाच्या मूळ काळाशी प्रामाणिक राहूनही त्याचा प्रयोग करता येईल.

१९८७ **—विजय तेंडुलकर**
गुंबई

या नाटकाचा पहिला प्रयोग ता. २८ ऑक्टोबर १९५६ रोजी दुपारी चार वाजता ललित-कला-केंद्र, मुंबई या संस्थेने भारतीय विद्या भवनाच्या नाट्यगृहात सादर केला

भूमिका

काशिनाथ	:	काशीनाथ घाणेकर
वसंता	:	माधव वाटवे
मालू	:	ललिता कामेरकर
अप्पा	:	नंदकुमार रावते
काटदरे	:	अनंत मोरेश्वर ओक
दिग्दर्शक	:	दामू केंकरे
नेपथ्य	:	आनंद पै

अंक पहिला

[रेडियोवर सकाळचा भावगीतांचा कार्यक्रम चालू आहे. कुणी तरी बाई गाते आहे. तो कार्यक्रम ऐकत वसंता जवळच एका खुर्चीत बसला आहे. हातात 'टाइम्स'. तंगड्या एका स्टुलावर. आतल्या बाजूने अतिशय बेसुरात 'गणिकेचा छंद नको' हे नाट्यगीत ऐकू येते आहे. या गाण्यामुळे भावगीत खराब होते, म्हणून अखेर हात लांबवून वसंता रेडियोचा आवाज वाढवतो. भावगीत जोरात आणि नाट्यगीताला दुय्यम स्वरूप.
वसंता पुन्हा एकदा 'टाइम्स'चे निरीक्षण पुढे चालू करतो.]

काशीनाथ : (आतून, गाणे स्थगित करून ओरडत) वश्या, तो रेडियो बंद कर! मी गातोय! (थोडा वेळ गाणे बंद आणि बोलणेही बंद. पण रेडियो चालूच.) वश्या, रेडियो बंद कर! (वसंताच्या मुद्रेवर चलबिचल नाही. तो फक्त एकदा आतल्या बाजूला पाह्यल्यासारखे करतो आणि पुन्हा एकदा 'टाइम्स' मध्ये लक्ष गुंतवतो. आता डरकाळी) व-श्या! (नाइलाजाने वसंता 'टाइम्स' बाजूला करतो.) वश्या, तो रेडियो–

वसंता : (रेडियोचा आवाज तात्पुरता बारीक करून) तू तुझं ओरडणं आधी बंद कर! (रेडियोचा आवाज पुन्हा वाढवतो.)

काशीनाथ : (आतून) मी ओरडतोय? मी ओरडतोय?

वसंता : (रेडियो बारीक करून) हे सुद्धा ओरडून विचारतो आहेस! (पुन्हा रेडियोचा आवाज पूर्ववत करतो.)

काशीनाथ : (टॉवेल गुंडाळलेला, भिजलेला बाहेर येऊन) रेडियो बंद कर आधी.

वसंता : तू तुझं ओरडणं बंद कर की करतो रेडियो बंद.

काशीनाथ : पण माझं गाणं माझं मलाच ऐकू येत नाही–

वसंता : तुझ्या ओरडण्यामुळे मला इथं हे सुंदर भावगीत नीट ऐकता

येत नाही त्याचं काय?

काशीनाथ : सुंदर भावगीत? हे काय सुंदर भावगीत?

वसंता : मग काय तुझं ओरडणं सुंदर?

काशीनाथ : गाणं म्हण–

अप्पा : (व्हरांड्याच्या दारातून येतात. हातात कसलं तरी पॉकेटबुक. वाचता-वाचता आले आहेत. मुळीच न ओरडता) अरे–अरे–व्हॉट इज इट? काय चाललंय काय तुमचं? अं?

वसंता : (लगबगीने रेडिओ बंद करीत) हा ओरडतो.

काशीनाथ : (ओरडत) चूक! (खालच्या पट्टीत येऊन) चूक. मी गातोय. यानंच रेडियो जोरात लावला. म्हणे सुंदर भावगीत! (पट्टी वर गेल्याचे ध्यानात येऊन पुन्हा खालच्या पट्टीत) भावगीत. हं:!

वसंता : तुझ्या शास्त्रोक्त रेकण्यापेक्षा खूप बरं ते!

अप्पा : (मध्येच रोखत) श्शू श्शू–काय हा गोंगाट! आमच्या स्टुडियोतला एखादा लंकादहनाचा मॉब सीन चालल्यासारखं वाटलं मला! तुमच्यापैकी एकजण महाराष्ट्राचा थोर उपसंपादक असून दुसरा हिंदुस्थानचा महान साबणवाला– म्हणजे साबण कारखानदार आहे हे तुम्ही दोघे विसरलेले दिसता. जरा डिग्निटीनं वागा. काशीनाथपंत, आंघोळ अर्धवटच राहिलेली दिसते तुमची! काय हे? अं? काय हे?

काशीनाथ : (अंग चोरीत) म्हणजे मध्येच याने माझं गाणं–

अप्पा : पण म्हणून काय आंघोळ अर्धवट टाकायची? स्नानकर्म? छे छे, तुमच्यासारख्या धर्मनिष्ठ माणसानं असं करावं–

काशीनाथ : (भिंतीवरच्या घड्याळात पाहत) ते खरं. पण माझं गाणं–याने–माझं–(डोके खाजवून गडबडीने आत पळत जातो. दार लावून घेतल्याचा आवाज. नळाचे पाणी सुटते. गाणे चालू. 'गणिकेचा छंद नको...' वसंताचा हात रेडियोच्या खिटीपर्यंत जाऊन प्रयासाने मागे येतो.)

अप्पा : आज काहीतरी बदललेलं दिसतंय याचं.

वसंता : बिघडलेलं म्हणा. (डोक्याकडे बोट) आज भलताच ओरडतोय.

अप्पा : ओरडणं नका म्हणू. गातो म्हणा. नाही तर पुन्हा बाहेर येतील!

वसंता : छट्. ओरडणं ते ओरडणंच. (आत एक भेसूर तान.) अप्पा, त्याला हे ओरडणं आधी बंद करायला सांग!

अप्पा : (मिस्कीलपणे) का?

वसंता : शेजारपाजारचे लोक काय म्हणतील?

अप्पा : प्रेमात पडलाय म्हणून! आणखी काय!

वसंता : प्रेमात– (थांबतो.) अप्पा–

अप्पा : काय?

वसंता : (डोळे विस्फारून) म्हणजे–खरंच?

अप्पा : काय खरंच?

वसंता : म्हणजे हा–(आत जबरदस्त तान) हा प्रेमात तर पडला नसेल?

अप्पा : (निष्पाप मुद्रेने) मला काय माहीत?

वसंता : तसं नव्हे, पण–पण हे ओरडणं–याचं कारण असं, म्हणजे हेच–

अप्पा : असेलही.

वसंता : नक्कीच.

अप्पा : असं? कुणास ठाऊक. आपल्याला प्रेमात काही कळत नाही.

वसंता : कळत असलं तरी तुम्ही कसले कळू देणार!

अप्पा : छान! त्यात काय लपवायचं? प्रेम तर उदात्त असतं.

वसंता : (ठामपणे, बहुधा नकळत) नसतं.

अप्पा : नसतं?

वसंता : (शून्य मुद्रेने) अंहं.

अप्पा : का बुवा?

वसंता : (जड सूर) नसतं खरं. निदान उदात्त असतंच असं नाही.

अप्पा : (हळुवार सुरात) कशावरून म्हणता तुम्ही?

वसंता	:	(शुद्धीवर येत) पण आधी उदात्त असतंच असं तरी तुम्ही कशावरून म्हणता ते सांगा!
अप्पा	:	तुमच्यासारख्यांकडून ऐकून.
वसंता	:	तुम्ही फिल्मी माणसं म्हणजे उडवाउडवीत पटाईत, अप्पा!
अप्पा	:	हिंदुस्थानात प्रथम वर्तमानपत्रं सुरू झाली आणि मग सिनेमा आले, वसंतराव! तुम्ही सुरुवात केलीत! आम्ही नुसतं अनुकरण करतो आहोत!
काशीनाथ	:	(टॉवेलने झिपऱ्या पुसत बाहेर येत) अनुकरणात अर्थ नाही! गळ्यात पाहिजे!

[दारावर खडखडाट.]

अप्पा	:	कोण बुवा?
वसंता	:	कोण आलंय
काशीनाथ	:	(दचकलेला. घड्याळाकडे पाहत) आत्ता तर–(दाराच्या दिशेने पाहतो. वसंता पुढे होतो–तो दार उघडीपर्यंत काशीनाथ कावराबावरा होऊन गडबडीने आत पळालेला. धोबी आलेला. आत येऊन बाजूला इस्त्रीच्या तयार कपड्यांचा गठ्ठा टाकतो. यांचे कपडे गोळा करू लागतो. वसंता वही घेऊन कपडे तपासतो.)
धोबी	:	(स्मरण होऊन) वो साबुनावाला शेठ है किधर?
काशीनाथ	:	(शर्ट घालीत बाहेर येतो. अर्धी चड्डी कायम. काही झालेच नाही असे दाखवीत) है, है. जातो किधर, बाबा? जातो किधर?
अप्पा	:	वो अब गाना सीखता है, रामशरण.
धोबी	:	अच्छा? (एक दोहा पद्धतशीर म्हणतो.) ऐसा गाना?
काशीनाथ	:	नाही. (तान मारून) ऐसा गाना.
धोबी	:	(टारगटपणे) तो क्या, साबुन का धंदा चलत नही क्या?
काशीनाथ	:	अरे चालेल, चालेल. आज नाही चलत म्हणून काय नेहमीच

नाही चलत असं होईल काय? धंदा काय, सुरू केला की लागलीच चालतो? त्याला वेळ लागतो. चिकाटी लागते. धीर धरावा लागतो. ते काय घातला कपडा पाण्यात की काढला बाहेर असं आहे? धोबीका धंदा आहे काय तो?

धोबी : तो और क्या? सब तो कपडा फाडनेकाही मामला है!
[हिशेब करून गठ्ठा घेऊन जातो.]

अप्पा : बरं का वसंतराव, आज आपल्या धोब्याचं स्वागत जरा वेगळंच झालं.

वसंता : ते कसं काय?

अप्पा : अंगात शर्ट घालून.

वसंता : कुणी घातला?
(अप्पा स्तब्ध. काशीनाथ पाहतो आहे डोळे ताणून.)

काशीनाथ : हो, मग यात काय विशेष झालं?

अप्पा : काही नाही, नेहमी तुमच्या अंगात शर्ट असतोच असं नाही. क्वचित तुम्ही उठलेलेही नसता. आणि केव्हा केव्हा दात घासत धोब्याला सामोरे जाता.

काशीनाथ : मग?

अप्पा : आज तसं झालं नाही. आज धोबी आल्याबरोबर तुम्ही आतमध्ये पळत जाऊन–

काशीनाथ : हा शिष्टाचार आहे!

अप्पा : तेच म्हटलं. धोब्याचं आज जरा विशेष स्वागत झालं.

काशीनाथ : पण तो धोबीच हे मला काय माहीत?

अप्पा : मग तुम्हांला कोण वाटलं?

काशीनाथ : (गडबडत) मला–मी–म्हणजे धोबीच; पण–

अप्पा : रविवारची ही वेळ म्हणजे धोब्याची.

वसंता : आणि नाही तरी येऊन येऊन इथं आणखी असं येणार कोण? समोरच्या ब्लॉकमधला दोराईस्वामी, तळमजल्यावरचा काटदरे,

भाडेवसुलीसाठी मेहता, दूध घालायला गवळी, पेपर टाकायला
पोऱ्या किंवा सलाम करायला गुरखा!

अप्पा   : फार फार तर आमचा हुसेन ड्रायव्हर.

वसंता   : हो. हुसेन ड्रायव्हर. यांच्याबरोबर आपण कधीच शिष्टाचारानं
            वागलो नाही.

अप्पा   : आणि वागतही नाही.

वसंता   : तशी जरूरच भासत नाही.

अप्पा   : मग शर्ट कुणासाठी?

वसंता   : तोही नुसता नव्हे–बटनांसकट!

काशीनाथ : (घड्याळाकडे व्यग्रपणे पाहत) कमाल आहे बुवा तुमची. साधा
            शर्ट घालून आलो यात असं काय तुम्हांला–
            [दार खडखडते. वसंता दार उघडायला जातो. काशीनाथ
            दचकून कावरा-बावरा होऊन, किंचितकाल डोके खाजवून,
            एकदा अप्पाकडे पाहून, एकदा स्वत:कडे पाहून आत पळतो.
            अर्धी चड्डी त्याच्या लक्षात आली आहे.]

काशीनाथ : (पळताना) मी–मी–माझा लेंगा–लेंगा–
            [दार उघडल्याचा आवाज. ''काय संपादक?'' आरोळी. काटदरे
            येतो. पाठोपाठ वसंता.]

काटदरे   : (दारातून येत) संपादक–

वसंता   : उपसंपादक.

काटदरे   : तेच-जात एकच. ढाण्या काय आणि बिबट्या काय, अखेर
            वाघच की नाही? (येऊन बसत) बोला, काल किती खून
            पाडलेत?

वसंता   : (कपडे करू लागला आहे.) आठवत नाही.

काटदरे   : आणि अपघात? अपघात किती केलेत?

वसंता   : बरेच.

काटदरे   : एखादी आत्महत्या–सुइसाइड?

वसंता	: काल नाही जमलं. आज पाहू.
काटदरे	: पाहा. आज मॉर्निंग वाटतं?
वसंता	: हो. चाललो आता.
काटदरे	: काल नाइट आणि आज मॉर्निंग! कमाल आहे बाबा तुम्हा लोकांची. अरे काही झोपबीप?
वसंता	: या निशा सर्व भूतानाम्–
काटदरे	: नाही तर आम्ही! साधं रविवारी दुपारी जेवण झाल्यावर जागवत नाही आम्हांला! बरं, नुसतं जागरण का करता तुम्ही लोक? जागरण करून वर काम करता!
वसंता	: युद्धं पेटवतो.
काटदरे	: खून पाडता.
वसंता	: अपघात करतो.
काटदरे	: आगी लावता.
अप्पा	: (कपडे करता करता) आणि केव्हा केव्हा लोकांच्या बायका पण–
वसंता	: ते तुमच्या सिनेमा कंपनीत! आम्ही फक्त तसल्या बातम्या देत असतो.
काटदरे	: हे अप्पासाहेब एक! चोवीस तास तुमचा मुक्काम मला वाटतं–
अप्पा	: (तत्परतेने) घरी नसतो.
काटदरे	: नाही, पण मी म्हणतो इतका वेळ एकसारखं–
अप्पा	: शूटिंग असतं. निघालो की.
काटदरे	: आणि ते आपले हे–काशीनाथपंत कुठं दिसत नाहीत? साबणवाले? सोपमेकर? ते कुठं गेले? म्हणजे त्यांनाच तर शोधत मी इथं–
वसंता	: (भिडस्त सुरात) आत आहेत. लेंग्यात नाडी घालताहेत. [काशीनाथ लेंगा अर्धवट नेसलेला आणि एका बाजूची गायब नाडी शोधीत बाहेर येतो.]

काशीनाथ : मी–मी ही एवढी लेंग्यातली नाडी–म्हणजे–हॅलो काटदरेसाहेब, हॅलो–(नाडीसाठी प्रयत्न करीत) हॅलो.

काटदरे : (सहानुभूतिपूर्वक) नाडी बेपत्ता झाली का?

काशीनाथ : हो. म्हणजे त्याचं असं आहे की नाडी बेपत्ता म्हणजे (घड्याळाकडे पाहत) सगळंच–

काटदरे : आटपल्यासारखं. बरोबर आहे.

अप्पा : पण मला वाटतं, त्यांची लेंग्याची नाडी–

काटदरे : आलं लक्षात. मी आपली एक कोटी केली! म्हणजे काशीनाथपंत, मला असं विचारायचं होतं की–

काशीनाथ : सापडली! आता एक मिनिट. बाहेर ओढून काढतो. (व्यग्र) पुन्हा गेली. दोन्ही बाजूंनी गेली!

अप्पा : हे वास्तविक बाईमाणसाचं काम–

काशीनाथ : (दचकून) अं?

अप्पा : बेपत्ता झालेल्या नाड्या हुडकून बाहेर काढण्याचं कसब बायकांचंच.

वसंता : (मध्येच) तुम्हांला काय माहीत?

अप्पा : (सस्मित) आमची आई आमच्या चड्डीची नाडी दिवसांतून सतरांदा बाहेर काढून द्यायची. आणि अगदी एक मिनिटात!

काटदरे : आमची बायको अर्ध्या मिनिटात! (खुलासा करीत) नाडी काढते

अप्पा : (काशीनाथला) घ्या.

काटदरे : हवी असली तर दोन मिनिटांत काढून आणतो. हो. जायला अर्धं मिनिट, यायला अर्धं मिनिट आणि नाडी काढायला अर्धं मिनिट.

अप्पा : आणि उरलेल्या अर्ध्या मिनिटाचं काय?

काटदरे : ते (नम्र हसत) श्वास घ्यायला.

काशीनाथ : नको! (पुन्हा नाडीत व्यग्र.)

काटदरे : (आठवण होऊन) मला असं विचारायचं होतं की पाचशे एक

साबणाचा ताजा भाव–फुटकळ, घाऊक नव्हे–

काशीनाथ : मला माहीत नाही. (पुन्हा नाडी काढण्याच्या उद्योगात.)

काटदरे : माहीत नाही? मा-ही-त ना-ही? आणि तरी तुम्ही साबणाचा बिझिनेस करता?

काशीनाथ : हो. पण तो पाचशे एक साबणाचा नव्हे. मोटार छाप साबणाचा. आम्ही आमचा साबण बनवतो.

काटदरे : अच्छा. म्हणजे मॅन्युफॅक्चर?

काशीनाथ : (वर पाहत) येस. (पुन्हा नाडीत.)

काटदरे : काही का असेना, आम्हांला तुमचा एक बार केवढ्याला द्याल? किंवा एक वडी? कन्सेशननं बोला–

अप्पा : सँपल फुकट!

काशीनाथ : (नाडीमुळे आणि काटदऱ्यांमुळे कावून) हे बघा काटदरे, मी जरा कामात आहे–

काटदरे : चालेल. मी हवा तर मग येईन की–

[दाराचा खडखडाट. काशीनाथ भयाने ताठ.]

काय झालं हो?

वसंता : (अप्पांना) आपलं दार?

अप्पा : नाही. शेजारचं, मला वाटतं.

[दाराचा अस्पष्ट खडखडाट.]

काटदरे : हो, शेजारचंच.

काशीनाथ : (भार उतरल्यासारखा) मग हरकत नाही–

अप्पा : कसली?

[काशीनाथ मान हलवतो, नुसती–काही नाही, काही नाही, अशा अर्थी हसण्याचा अयशस्वी प्रयत्न करतो. घड्याळाकडे पाहतो. पुन्हा नाडीमागे. मग वसंता इस्त्री करून आलेल्या कपड्यांतला एक लेंगा उचलतो. त्याच्यापुढे नेतो. त्याच्या पुढ्यात धरतो. काशीनाथ पाहतो. प्रथम लक्षात येत नाही. मग

येते. गडबडीने तो लेंगा घेऊन आत पळतो.]

अप्पा : चला वसंतराव–गाडीतून सोडतो तुम्हांला ऑफिसमध्ये–

वसंता : पण आज ऑफिसपासून लांब उतरेन मी.

अप्पा : का?

वसंता : उपसंपादक रोज मोटारीतूनच येतो हे मालकाला कळलं तर लो ब्लडप्रेशर वाढेल त्याचं!

[निघताना दोघे. आतून काशीनाथ आलेला.]

काटदरे : (निघत काशीनाथला) बरं. येतो मीही–

काशीनाथ : (लेंगा बांधून तयार) हो, अच्छा, थँक यू–

अप्पा : कशाबद्दल?

काशीनाथ : कशाबद्दल म्हणजे-म्हणजे हा साधा शिष्टाचार–

वसंता : आज फार शिष्टाचार सुचताहेत रे तुला! चला अप्पा.

[अप्पा, वसंता, काटदरे जातात. काशीनाथ घड्याळ न्याहाळत एका सोफ्यात बसतो. तंगड्या पसरून. क्षणभर समाधिस्थ, उघड्या डोळ्यांनीच.]

अप्पा : (मागे येऊन खाकरतात.)

काशीनाथ : (भयंकर चमकून) अं?

अप्पा : मीच, नाही म्हटलं, आज फॅक्टरीत जाणार आहात की नाही तुम्ही–

काशीनाथ : (कोरा चेहरा) फॅक्टरी–कुठली फॅक्टरी?

अप्पा : तुमची

काशीनाथ : (खडबडून) आं, हो–माझी–आमची फॅक्टरी हो, जाणार आहे ना.

अप्पा : (नोटा पुढे करून) हे पैसे–भाड्याचे.

काशीनाथ : (अस्वस्थपणे त्या नोटांकडे आणि अप्पांकडे पाहत) अंहं–पण–पण–ही जागा–अप्पा–

अप्पा : तुमची आहे. मान्य आहे की. पण मी राहतो इथं. फर्निचरही

सगळं इथंच आहे माझं. मलाही वाटा उचललाच पाहिजे. वसंतरावांचा पगार वेळेवर होईल, न होईल. ठेवा हे.

काशीनाथ : (घेत) खरं म्हणजे माझ्याजवळ पुरेसे–

अप्पा : असतील ना. नाही म्हणत नाही मी. हेही ठेवा. आहेत पुष्कळ माझ्याही जवळ. काय करायचं त्यांचं, तेच अनेकदा कळत नाही! अच्छा, बाय् बाय्–

[जातात. तो एकटा नोटा खिशात ठेवत असताना मागे मालू सरळ आत येते.]

काशीनाथ : [कुणाच्या तरी अस्तित्वाने वळून] तुम्ही!

मालू : का? विसरलात मला?

काशीनाथ : छे छे. (गोंधळ, हर्ष आवरीत) या, आत या ना. [ती आणखी आत येते.] बसा. [ती एका सोफ्यात बसते.] बराच उशीर झाला तुम्हांला.

मालू : हो. बस मिळायला वेळ लागला मला–

काशीनाथ : तेही बरंच झालं–

मालू : काय?

काशीनाथ : अंहं. आलात म्हटलं शेवटी, येईन येईन म्हणून! पायधूळ झाडलीत आमच्या घरी.

मालू : (साधेपणाने) इश्श. त्यात कसली पायधूळ!

काशीनाथ : (पुढे काय बोलायचे याचा किंचित पेच पडून अखेर) हे आमचं घर. घर म्हणजे–आश्रम. वाटल्यास मशीद म्हणा.

मालू : (सर्वत्र पाहत) छान आहे.

काशीनाथ : हो ना? तसं बरं आहे. ब्रह्मचाऱ्याची जागा यापेक्षा काय आणखी चांगली असणार?

मालू : (मनापासून) खरंच. मला आवडली.

काशीनाथ : मलासुद्धा. (खुलासा करीत) आवडते. आता वारा–सुंदर. या, व्हरांड्यात या. [दोघे जातात व्हरांड्यात.] पाहा. चौपाटीच्या

तोंडात मारील असा वारा आहे.

मालू : किती छान वाटतंय.

काशीनाथ : हूं.

मालू : (वळून) तुम्हांला मिळाली ही जागा?

काशीनाथ : हो. मला. फक्त चाळीस रुपये भाडं आहे. त्या मानानं हा प्रशस्त व्हरांडा–(आत येत) ही एवढी मोठी खोली [आतल्या खोलीच्या दाराशी जात] आणि हे स्वयंपाकघर–बाथरूम, संडास स्वतंत्र–शॉवरबाथ–इलेक्ट्रिक लाइट–

मालू : (आत डोकावत) आणि ते कुणाचं सामान?

काशीनाथ : ते ना? ते–सामान–म्हणजे–वसंता, पार्टनर माझा. त्याचं. त्याचंच. (खोटे बोलल्याची जाणीव.)

मालू : (नापसंतीचा सूर) मग ते आवरून नाही वाटतं ठेवता येत त्यांना?

काशीनाथ : येतं–पण–पण (सुचून) तो पत्रकार आहे! वसंता. कवितासुद्धा करतो म्हणतात, चोरून! हो! म्हणजे या लोकांचं हे असंच.

मालू : तुम्ही सांगायला हवं त्यांना.

काशीनाथ : बरं. सांगतो. पण स्वभावातच असलं एखाद्याच्या म्हणजे–

मालू : पण इतका अव्यवस्थितपणा काय कामाचा!

काशीनाथ : ते खरंच. पण–तसा तो चांगला आहे. वसंता.

मालू : (रेडियोजवळ जात) हा रेडियो का?

काशीनाथ : हो. तेरा व्हाल्व्हजचा आहे. ब्रिटिश मेकचा.

मालू : किती छान दिसतो. नवाच आहे का हो?

काशीनाथ : नवा–हो, म्हणजे तसा नव्यातच जमा. झाली दोन वर्षं त्याला–चार वर्षं–

मालू : (केसवरून हात फिरवीत) किती नितळ. हात फिरवायला बरं वाटतं. [हसते अल्लडपणे. काशीनाथही खुलतो.]

काशीनाथ : यामुळं चांगलं चांगलं क्लासिकल गाणं आपलं घरबसल्या

ऐकायला मिळतं.

मालू : शिवाय सिनेमातली गाणी सुद्धा–

काशीनाथ : हो हो. गोवा–सिलोन–

मालू : सिलोन स्पष्ट ऐकू येतं का हो यावर?

काशीनाथ : अगदी स्पष्ट. शेजारीच सिलोन असल्यासारखं.

मालू : किती मज्जा! आमच्या समोरच्या रेडियोवर लागतात सिनेमातल्या रेकॉर्ड.

काशीनाथ : (न राहवून) पण तुम्ही बसा ना. उभ्या का परक्यासारख्या?

मालू : इश्श्य. कुठे– [बसते सोफ्यात.] बसायला सुद्धा किती मजा वाटते यात. कापसाच्या ढिगात बसावं तसं वाटतं.

काशीनाथ : बरं, [अदबपूर्वक उभा राहून] आता चहा घेणार की कॉफी तुम्ही?

मालू : मी–अंहं. आत्ता काही नको मला. म्हणजे घेऊनच निघाले आहे मी. शिवाय–

काशीनाथ : दोन मिनिटांत होईल. इलेक्ट्रिकची शेगडी आहे.

मालू : इलेक्ट्रिकची?

काशीनाथ : हो. स्विच दाबला की पेटते. पुन्हा दाबला की विझते. फार सोईस्कर.

मालू : पाह्यलंय मी. छान असते. साध्या शेगडीचं ना, फार त्रासदायक काम. धूर काय होतो, किटळं काय उडतात, अन् सकाळी घाईच्या वेळेला पंधरा-पंधरादा फूं-फूं केलं तरी धीम नाही देत! तुमचं आपलं बरं आहे. स्विच दाबला की–

काशीनाथ : (अदब कायम ठेवून) मग? कॉफी?

मालू : पण–मला–बरं, चहाच करा. (उठून) नाही तर मीच करू का?

काशीनाथ : छे छे. तुम्ही पाहुण्या आहात, आणि मी यजमान. (घाईने) यजमान म्हणजे–होस्ट. मी कॉफी करायची आणि तुम्ही प्यायची.

मालू : पण तुम्हांला उगीच त्रास–

काशीनाथ : अंहं. मुळीच नाही. त्रास कसला? थांबा. दूध तापत ठेवून आलो मी. एवढं तोवर [बाजूला पडलेलं एक पुस्तक तिच्या हातात देतो.] पुस्तक चाळा–

[आत जातो. ती पुस्तक चाळू लागले. चाळता चाळता घाईघाईने मिटून बाजूला टाकते. तो येतो.]

मालू : शी! ही कसली पुस्तकं तुम्ही वाचता?

काशीनाथ : अं? [पुस्तक हळूच उघडून पाहून, थोडासा संदर्भ लक्षात येऊन] मी–नाही–आमच्या अप्पांचं पुस्तक ते.

मालू : किती घाण घाण चित्रं आहेत त्यात.

काशीनाथ : घाण?

मालू : नाही तर काय. कपडे नसलेली–

काशीनाथ : असं असं. आमच्या अप्पांना शौक आहे तो. पुस्तकांचा. असल्या.

मालू : असला कसला वाईट शौक!

काशीनाथ : फिल्म कंपनीत आहेत ना ते. प्रॉडक्शन मॅनेजर. पण तसे चांगले आहेत ते. म्हणजे अतिशय दिलदार. उदार–

मालू : अशा माणसांनी अशी पुस्तकं वाचावी!

काशीनाथ : सांगतो मी त्यांना. माझं म्हणाल तर-मी ते अद्याप उघडलंही नव्हतं–(खोटे बोलल्याची जाणीव)

मालू : ते लपवून ठेवा.

काशीनाथ : हो. या कपाटात असतात ही. अप्पांचं पुस्तकांचं कपाट–

[पुस्तक कपाटात ठेवून आणि दाराला कडी घालून येतो.]

मालू : तो अलमारीवरचा ससा किती खरा दिसतो! नाही?

काशीनाथ : प्लॅस्टरचा आहे तो.

मालू : आत्ता खाली उडी मारील की काय, असं वाटतं. नाही? आणि काचेतला ताजमहाल पण मला फार आवडला.

काशीनाथ : चांगलाच आहे. हस्तिदंती! काचेच्या केसमुळे त्याला जरा

जास्त शोभा आली आहे.

मालू   : खरा ताजमहाल तुम्ही पाहिला आहे का हो?

काशीनाथ : मी? नाही. कसा पाहणार?

मालू   : तिकडे आग्र्याला-बिग्र्याला कधी गेला असलात तर–

काशीनाथ : अद्याप नाही गेलो.

मालू   : मला सगळं जग फिरावंसं वाटतं.

काशीनाथ : असं?

मालू   : हो. सगळे देश, सगळे सागर पालथे घालावेत असं वाटतं.
             पृथ्वीच्या चारी दिशांना मनसोक्त हिंडून यावंसं वाटतं. मग मी
             काय करते, आहे माहीत?

काशीनाथ : काय करता?

मालू   : डोळे मिटते आणि सगळीकडे फिरून येते. इंग्लंड, अमेरिका,
             जर्मनी, रशिया, फ्रान्स–

काशीनाथ : (नकळत) बाप रे!

मालू   : पण मला आपलं काश्मीरच फार आवडतं. (हसून) म्हणजे
             कल्पनेतलं. खऱ्या काश्मीरला कोण गेलंय!

काशीनाथ : (गडबडीने) थांबा–मी–मी आत दूध–दूध करपून गेलं की
             काय–
             [आत पळत जातो.]

मालू   : (जरा जास्त आरामशीर बसत) करपलं का हो?

काशीनाथ : (आतून) नाही. करपलं असतं.

मालू   : मलासुद्धा आठवण नाही राहिली.

काशीनाथ : (आतून) गप्पांत विसरलो आपण.

मालू   : काश्मीरबिश्मीरचं नाव निघालं की असंच बेभान व्हायला होतं
             मला. सगळं विसरायला होतं.

काशीनाथ : [हातात चहाचा डबा घेऊन दाराशी येत.] स्वप्नाळू आहात
             तुम्ही.

मालू : (दचकून पाहत आणि जरा नीट बसत.) हो. पण खरं काहीच घडत नाही तर मग काय करायचं? कल्पनेत तरी सुख मिळवावं माणसानं. डोळे मिटले की सुखच सुख.

काशीनाथ : [आत जात, उसासेवजा] हूं.

मालू : मला वाटतं की आपण खूप श्रीमंत असावं. चिकार पैसा, दोनचार मोटारी, पाच-पन्नास नोकरचाकर, एक टोलेजंग, भव्य असा प्रासाद, भोवती तऱ्हेतऱ्हेच्या फुलांचा बगिचा. त्यात आंब्याची, चिंचेची, माडाची खूप खूप झाडं–

काशीनाथ : (आतून) चिंचा फार आवडतात वाटतं तुम्हांला?

मालू : चिकार. दुसऱ्यानं पाडलेल्या नव्हेत. मी स्वत: झाडावर चढून काढलेल्या.

काशीनाथ : (पुन्हा दाराशी येत, आश्चर्यभराने) झाडावर चढता तुम्ही?

मालू : हो. अलिबागची आहे मी. वडील गेले आणि वर्षानं निघालो आम्ही अलिबागहून. मामांकडे आलो.

काशीनाथ : (आत वळत) आलो हं मी.

[ती उठून आरशाच्या अलमारीपुढे जाते. समोरून वळून पाहते. नजर मधून मधून स्वयंपाकघराच्या दाराकडे. नंतर भिंतीवरची चित्रे पाहत फिरते. कोपऱ्यात ठेवलेला जुन्या ग्रीक पद्धतीचा नग्न पुरुषाचा पुतळा तिला दिसतो. मान फिरवून जागेवर जाऊन बसते. काशीनाथ येतो.]

काशीनाथ : कंटाळा आला का तुम्हांला?

मालू : छे. बरं वाटतंय. ही चित्रं कुणी काढली हो?

काशीनाथ : ही ना–ही–विकत घेतलेली.

मालू : पण काढली कुणी?

काशीनाथ : काढली–होता एक अप्रसिद्ध चित्रकार. म्हणजे त्याचं नाव मला सुद्धा खरं म्हणाल तर माहीत नाही. अप्पा–अंहं, चित्रकाराचं नाव अप्पा नव्हे, अप्पांनी–म्हणजे–

मालू	: तो नदीचा देखावा सुरेख आहे. ते झोपडीचं चित्र मात्र जमावं तसं जमलेलं नाही. केवढ्याला घेतलीत ही?
काशीनाथ	: ही? म्हणजे मी? म्हणजे ही–घेतली शंभर रुपयाला–
मालू	: सगळी?
काशीनाथ	: हो. सगळी. छे छे–सगळी कुठून! प्रत्येकाला शंभर रुपये.
मालू	: बापरे! म्हणजे या सहा चित्रांना सहाशे रुपये दिलेत तुम्ही?
काशीनाथ	: ना–हो–म्हणजे–मी–अप्पा–
मालू	: ही पैशाची उधळपट्टी असली तरी माझा हिला विरोध नाही. भिंती किती सुशोभित दिसतात यामुळे! (काशीनाथ गप्प.) आणि हा रेडियो केवढ्याला घेतलात!
काशीनाथ	: अरे–थांबा. चहा उकळला, मला वाटतं [आत पळतो. ती जवळच्या जपानी पंख्यानं वारा घेते. रेडियोपाशी जाऊन त्याची खिटी फिरवून पाहते हळूच. त्याच्या केसवरून हात फिरवते पुन्हा पुन्हा.]
काशीनाथ	: (चहाचे कप घेऊन येत) घ्या–चहा घ्या–
मालू	: (वळून) हो. (येऊन सोफ्यात बसत) दुसऱ्याच्या हातचा चहा घेणं बरं असतं, नाही?
काशीनाथ	: पण दुसऱ्यासाठी स्वतः चहा करण्यातसुद्धा काही काही वेळा मौज असते. उदाहरणार्थ, आत्ता!
मालू	: (चहा घेत) चहा सुंदर झाला आहे.
काशीनाथ	: भलतंच, खोटी स्तुती नका करू.
मालू	: खरंच. मी तुमची खोटी स्तुती कशाला करू?
काशीनाथ	: (चहा आणि आवंढा गिळून) तेही खरंच. (थांबून) इथं, एका अविवाहित तरुणाच्या घरी एकटीनं यायला भीती नाही वाटली तुम्हांला?
मालू	: मला? छे.
काशीनाथ	: पण कुणी बघितलं तर–

मालू	: बोलेल. बोलेना का. म्हणून मी मला पटलेल्या गोष्टी करू नयेत की काय?
काशीनाथ	: कमाल आहे तुमची. (दोघे एकमेकांकडे पाहतात. मालूच्या नजरेत खुलेपणा.)
मालू	: तुमचा साबणाचा बिझिनेस आहे ना?
काशीनाथ	: हो.
मालू	: म्हणजे साबण विकता का तुम्ही?
काशीनाथ	: नव्हे. बनवतो. साबण बनवतो आम्ही.
मालू	: अंगाचा?
काशीनाथ	: नाही. कपड्याचा. अंगाच्या साबणात कॉम्पिटिशन फार.
मालू	: कुठला साबण तुमचा?
काशीनाथ	: आमचा–मोटार छाप!
मालू	: कुठं ऐकला नाही तो?
काशीनाथ	: (अस्वस्थ होत) म्हणजे नवाच आहे–नुकताच बनवला आहे आम्ही. अद्याप लार्ज स्केलवर प्रॉडक्शन चालू झालं नाही. आणि सेल्सचं ऑर्गनायझेशनही–
मालू	: मग आता तुम्ही फक्त एवढाच धंदा करता?
काशीनाथ	: (अस्वस्थपणे) हो.
मालू	: काय पडतं यात तुम्हांला?
काशीनाथ	: मला–आम्हांला–मी–म्हणजे मा–आम्हांला ना, पडतात दोनशे एक रुपये.
मालू	: दोनशे?
काशीनाथ	: हो. अडीचशेसुद्धा–केव्हा केव्हा–
मालू	: मग छान आहे की. माझ्या मावसभावाला विमा कंपनीत नोकरी करून मिळतात फक्त एकशे ऐंशी. त्याला दुसरं काही जमतच नाही. पण हा तुमचा धंदा खरंच सुरेख आहे. अडीचशे रुपये महिना म्हणजे दोन ते तीन माणसांचा चरितार्थ उत्तम चालेल.

काशीनाथ : (चाचरत, एकीकडे चहाच्या रिकाम्या कपबश्या उचलीत) ह-हो-हो. चालेल ना. नक्की चालेल. का नाही!

[दारावर ठक्ठक्. काशीनाथ दचकलेला.]

मालू : कुणी आलं वाटतं.

काशीनाथ : अं? हो हो. म्हणजे–पण– [पुन्हा ठक्ठक्. कपबश्या सावरीत.] कोण येणार बुवा?

मालू : पाहा ना. तुमचे ते अप्पा नि वसंतराव असतील–

काशीनाथ : छे छे. ते कामाला–

[पुन्हा ठक्ठक्. ती कपबश्या घेऊन आत जाते. काशीनाथ दार उघडायला जातो. दार उघडतो.]

काटदरे : (बाहेर व्हरांड्यात येत) मी, काटदरे–सँपल वड्या–साबणाच्या–मघाशी म्हणाला होता पाहा तुम्ही–

काशीनाथ : (त्याला रोखून) आणतो. तुम्ही थांबा इथंच. (घाईघाईने आतून दोनचार वड्या नेऊन देतो.)

काटदरे : (आत डोकावण्याचा प्रयत्न करीत) आत कोण आहे?

काशीनाथ : अं? कुठं-कुठं कोण? म्हणजे आपला उकाडा आहे– नेहमीचा. हो–उकाडा–बरं–अच्छा–

[नाइलाजाने काटदरे मावळतो. दाराला कडी लावून काशीनाथ परततो आत. मालू आतून आलेली.]

मालू : (नापसंतीचा सूर) कोण हा?

काशीनाथ : काटदरे.

मालू : कोण काटदरे?

काशीनाथ : काटदरे–खालचा–खालच्या मजल्यावरचा.

मालू : त्याला तुमचा साबण फुकट दिलात तुम्ही?

काशीनाथ : हो, म्हणजे सँपल म्हणून–सँपल! आहे आपल्याकडे भरपूर–

मालू : त्याला कशाला सँपल? कसा करणार तुम्ही धंदा? वाटेल त्याला सँपल वाटून नुकसान नाही होत?

काशीनाथ : खपासाठी उपयोग होतो–जाहिरात-प्रचार–

मालू : (सूर बदलून) पण तो तुमचा प्रश्न आहे. माझा यात काय संबंध?

काशीनाथ : नव्हे–तसं नव्हे–

मालू : पण मला वाटतं, धंदा काटेकोरपणे केलात तर महिना तीनशे रुपये तरी पडायला हरकत नाही तुम्हांला. कारखाना कुठं आहे तुमचा?

काशीनाथ : कारखाना? कारखाना ना-कोळ्याच्या वाडीत. ठाकुरद्वारला.

मालू : किती माणसं आहेत कामाला? पन्नास एक तरी असतील.

काशीनाथ : हो–नाही–तितकी नाहीत–पण आहेत–पंचवीस-तीस-पस्तीस. (घुटमळतोच आहे.)

मालू : पण हे सुंदर सुंदर फर्निचर तुम्ही केव्हा घेतलंत हो?

काशीनाथ : (हा आणखी नवीन वांधा.) मी? — मी ना? मी... (घुटका गिळून) मी नुकतंच घेतलं. म्हणजे झाले– एक– चारसहा महिने–

मालू : तुमची दृष्टी मात्र फार कलात्मक आहे यात शंका नाही. प्रत्येक वस्तू किती कसोशीनं निवडली आहे तुम्ही! मांडणीसुद्धा छान आहे.

काशीनाथ : म्हणजे मी–

मालू : अं?

काशीनाथ : (जोर करून) मी–(जमतच नाही.) नाही. काही नाही.

मालू : मांडणीत अर्थात तुमच्या त्या अप्पांचा हात असणं शक्य आहे–

काशीनाथ : हो. आणि–(नाहीच जमत.)

मालू : त्या तुमच्या पत्रकारानंसुद्धा मदत केली आहे असं सांगू नका मला. त्याची कलात्मक मांडणी आत पाहिली मी!

काशीनाथ : (थंड होत) पण– म्हणजे– अप्पा–

मालू : त्यांच्याबद्दल विशेष काहीच म्हणायचं नाही मला.

काशीनाथ : (गप्प बसलेला. मग आत्यंतिक तळमळीने) खरं म्हणाल तर यात तसं माझं काहीही नाही.

मालू : (दटावीत) उगीच विनय नका दाखवू. जे आपलं आहे ते आपलं म्हणायला काय हरकत? खोटा विनय पुढाऱ्यांनाच बरा दिसतो.

काशीनाथ : (विरक्तपणे) बरं.

मालू : अडीचशे रुपये महिना मिळतात तुम्हांला–साबणाचा बिझिनेस आहे–नावावर चांगला ब्लॉक आहे. शिवाय इतकं सुरेख, उंची सामान-सुमान, हक्काच्या सगळ्या सुखसोयी. (एकदम) खरंच, तुम्ही लग्न का नाही करीत?

काशीनाथ : (कल्पनातील दचकून) आं? लग्न?–

मालू : का? गोंधळायला काय झालं? आयुष्यातल्या इतर घटनांसारखीच ती एक घटना आहे. लग्न प्रत्येकालाच करायचं असतं. तुम्हांला नाही करावंसं वाटत?

काशीनाथ : मला–मी–म्हणजे विचारच नाही केला अद्याप–

मालू : अशा सुस्थितीत? आश्चर्य आहे. मला कसा नवरा हवा ते मी वयाच्या नवव्या वर्षापासूनच ठरवून ठेवलं आहे. नवरा–घर–संसार–मुलंसुद्धा! आणि तुमच्या डोक्यात अद्याप विचारसुद्धा येत नाही लग्नाचा?

काशीनाथ : विचार...नाही–पण...पण–(तिच्याकडे पाहता पाहता भान सुटू लागले आहे.) म्हणजे–आता येऊ लागला आहे–विचार–लग्नाचा...वाटू लागलं आहे–लग्न करावं...करावं... (घुटमळतो.) तुम्ही–मी–म्हणजे–(एकमेकांकडे बोट करतो. गोंधळतो. बेभान होऊन) आपण करू या का लग्न?

[मालू थक्क.]

करू या का–(धीर न धरवून) हो म्हणा–हो म्हणा तुम्ही–

[मालू लाजलेली. संकोचलेली.]

मालू : (अधोमुख. होकारार्थी मान हलवीत) मला–मला इथं–राहायला आवडेल मला–हे... हे सगळं छान ठेवीन मी; आपण–(तिला शब्दच सापडत नाहीत.) मला–छे. काही सुचेनासंच झालं आहे.

काशीनाथ : (ऊन ऊन सुरांत) मालू–

[दारावर प्रचंड खडखडाट. दोघे दचकलेली. गोंधळलेली.]

काशीनाथ : (घसा साफ करून) कोण आहे?

अप्पा : (बाहेरून) मार्शल बुल्गॉनिन.

वसंता : निकिता क्रुशाव.

अप्पा : (बाहेरून) मोटारछाप साबणाची जागतिक एजन्सी हवी आहे आम्हांला.

वसंता : (बाहेरून) दार उघड––

अप्पा : (बाहेरून) साबणाचा स्टॉक न्यायला विमानं आणली आहेत!

वसंता : (बाहेरून) लवकर दार उघड नाही तर उडून जातील!

अप्पा : (बाहेरून) आणि साबणाचा तुमच्याजवळचा प्रचंड स्टॉक पडून राहील!

वसंता : (बाहेरून) दार उघड.

अप्पा : दार उघडा हो सोपमेकर––

[दारावर खडखडाट.]

मालू : उघडा ना दार. (काशीनाथ नकारार्थी माना हालवतो आहे, घोटाळतो आहे.) मग काय करायचं?

काशीनाथ : तोच––तोच प्रश्न आहे––

मालू : पण दार का उघडायचं नाही?

काशीनाथ : दार–नको!

मालू : कोण आलंय?

काशीनाथ : तेच––अप्पा––आणि वसंता––

मालू : भलतेच चावट दिसतात!

अप्पा : (बाहेरून) सोपमेकर–

काशीनाथ : भयंकर! पण कामाला गेले होते दोघे–ऑफिस-स्टुडियो–
[खडखडाट.]

वसंता : ए लेका, दार उघडतोस ना?

अप्पा : की गॅलरीतून येऊ हो आम्ही?

वसंता : दार बंद करून काय चाललंय?

अप्पा : आणि अद्याप का दार उघडीत नाही?

वसंता : भानगड काय आहे?
[खडखडाट.]

मालू : उघडा ना दार.

काशीनाथ : मी–मी–दार...

मालू : उघडा ना दार.

काशीनाथ : मी–मी–दार...

मालू : मी उघडू का?

काशीनाथ : (घाईघाईने) नको–नको! मीच उघडतो–मीच [व्हरांड्याच्या दारापर्यंत जातो. घुटमळून एकदा मालूकडे पाहतो. नंतर निग्रहपूर्वक जाऊन दार उघडतो.]

अप्पा : (आत येत) कडी गच्च बसली होती का?

वसंता : (पाठोपाठ) की पायांना मुंग्या आल्या होत्या तुझ्या?

अप्पा : (जास्त आत येत) की बसला होता तिथं डिङ्–
(थक्क झाल्यासारखे उभे–मालूकडे पहात.)

वसंता : काय झालं, अप्–
(तोही तसा उभा. स्तब्धता.)

काशीनाथ : (बोलण्याचा प्रयत्न करीत) म्हणजे या इथं– म्हणजे– सहज-फं–फंडासाठी –नाटक– नाटकासाठी– धर्मार्थ-तिक्–तिकिटं घ्यावीत–म्हणून– (नाही जमत. रुद्ध सुरात) अप्पा–

अप्पा : (निर्जीवपणे) काय?

काशीनाथ : आणि वश्या, तू–म्हणजे तुम्ही–तुम्ही–

वसंता : (निर्जीवपणेच) आम्हीच.

काशीनाथ : तुम्ही–म्हणजे असे अचानक कसे? ऑफिस... स्टुडियो–

अप्पा : (न हलता) गेलो नाही.

वसंता : (तसाच) वाटेत मोटार बर्स्ट झाली. उशीरही झाला. म्हणून मग अप्पा म्हणाले–

अप्पा : (म्हणाले असतील तसे) जाऊ या घरी परत.

वसंता : (अप्पांना जोराने) यासाठी?

[अप्पा जिरल्याची मुद्रा करतात.]

काशीनाथ : (पुन्हा एकवार) नाही– म्हणजे– तसं काहीच नाही विशेष– विशेष असं– काय झालं की– की या माझ्याकडे आल्या– या आणि–

अप्पा : (भिडस्त सूर) पुढचं आम्ही ऐकलंच पाहिजे का?

काशीनाथ : (कळकळीने) पण–म्हणजे तसं–तसलं काहीच–(नाही जमत.) तुम्ही उगीचच– म्हणजे छे!

मालू : (अखेर काशीनाथला) हेच का ते तुमचे अप्पा आणि वसंतराव?

काशीनाथ : हे–हो, हे अप्पा–

मालू : हे असे का उभे? (अप्पा वेगळ्या तऱ्हेने उभे राहण्याचा प्रयत्न करतात.) आणि हे वसंतराव का?

वसंता : मलाच तो म्हणतात.

मालू : चांगल्या मराठीत नाही वाटतं बोलता येत तुम्हांला?

[वसंता भुवया ताणून उभा.]

दुसऱ्याच्या जागेत राहायचं म्हणजे रीतभात संभाळली पाहिजे माणसानं.

[अप्पा आणि वसंता एकमेकांकडे पाहतात.]

आणि काय हो, कविवर्य–

वसंता : (तापून) कोण कविवर्य?

मालू : तुम्ही! सगळं कळलं आहे मला. तुम्हांला व्यवस्थितपणा वगैरे काही आहे की माहीत?

वसंता : (संताप आवरीत) आहे की.

मालू : दिसला मला–आतल्या खोलीत!
          [वसंता काशीनाथकडे डोळे ताणून पाहतो.]
          जरा व्यवस्थित ठेवत चला तुमचं सामान.

वसंता : (असह्य होऊन) पण तुम्ही कोण?

मालू : मी मालन वैद्य.

वसंता : म्हणजे, तुमचं इथलं स्थान काय?

मालू : ते सध्या तुम्हांला न कळलं तरी चालेल. (वसंता अप्पांकडे पाहतो. अप्पा तशाच चेहऱ्याने त्याच्याकडे पाहतात. काशीनाथला) बरं. मी येते. आता फार वेळ झाला. (थांबून) आणि बरं का हो अप्पासाहेब, (काय आग ओतली जाते म्हणून अप्पा पाहत राहतात.) यांचं फर्निचर तुम्ही दोघांनी मिळून फार चांगलं मांडलं आहे. त्यात तुमचा भाग काही असलाच तर त्याबद्दल कौतुक करायला हवं. (अप्पा वसंताकडे पाहताहेत) मात्र तो तसला पुतळा नको इथं. कोपऱ्यात सुद्धा नको. मला डोळे मिटून घ्यावेसे वाटले. अच्छा–येईन मी पुन्हा–(काशीनाथला) तुम्ही चला जरा माझ्याबरोबर– [ती, पाठोपाठ यांत्रिकपणे काशीनाथ, दोघे जातात. अप्पा, वसंता ती गेली तिकडे पाहतात.]

अप्पा : फिअरलेस नादिया आहे!

वसंता : प्रत्यक्ष जॉन कावस!

अप्पा : वावटळ!

वसंता : स्त्रीवेषातला हिटलर! (उसळून) पण मी म्हणतो, हा अन्याय कुठला? आतलं सामान माझं? मी अव्यवस्थित? मी ? आणि मी कवी?

अप्पा : फर्निचर कुणाचं? (दाराकडे बोट दाखवीत.) त्यांचं. माझं फक्त कौतुक!

वसंता : मला चांगलं मराठी येत नाही!

अप्पा : मला रीतभात समजत नाही!

वसंता : पण ही कोण?

अप्पा : आणखी कोण?

वसंता : आली कशी?

अप्पा : फितुरी! तिसरा बुरूज कोसळला!

वसंता : तरी काटदरे खाली काही तरी सांगायला पाहत होता–

अप्पा : मला वाटलं, सहज आपला बायकोचं लाल पातळ घेऊन जोरजोरानं वाळवतो आहे–

[काशीनाथ आत येतो. बाजूला उभा राहतो.]

(स्नेहशीलपणे) बसा.

[तो अवघडून खुर्चीत बसतो.]

प्रकार काय आहे?

वसंता : बेत काय होता रे तुझा?

अप्पा : हाच–तुमचा साबणाच्या धंद्यातला पार्टनर वाटतं? विश्वंभर व्यवहारकर?

वसंता : असं काय घोडं मारलं होतं आम्ही तुझं?

अप्पा : कुठला अपराध केला होता?

काशीनाथ : (तापून) पण परत यायला कुणी सांगितलं होतं तुम्हांला?

वसंता : मनाला वाटल्यास परत येण्याचा प्रत्येकाला अधिकार आहे?

अप्पा : आणि आलो आम्ही–म्हणून काय त्या तसल्या पोरीच्या शिव्या ऐकून घ्यायच्या? तिनं केलेली निर्भर्त्सना ऐकून घ्यायची? निमूटपणे?

वसंता : कुठली कोण ऑर्डिनरी पोरगी–

काशीनाथ : (रोषाने) हां–ती ऑर्डिनरी मुलगी नाही! उगीच काही तरी बोलू

नकोस.

अप्पा : धर्मार्थ नाटकाची तिकिटं खपवायला येणारी मुलगी आणि म्हणे ऑर्डिनरी नाही! धर्मार्थ!

काशीनाथ : (उसळून) ती त्यासाठी आली नव्हती!

अप्पा : म्हणजे तुम्ही आम्हांला चक्क थाप मारलीत! बंडल?

वसंता : आम्ही काय तुझे पालक होतो आमच्यापाशी अशी बनवाबनवी करायला?

अप्पा : आली तुमच्याकडे मुलगी, आनंद आहे. आम्हांला त्यात अणुमात्रही विषाद वाटला नाही. वाटला वसंतराव?

वसंता : (गांगरून) कुठे! मुळीच नाही.

अप्पा : (काशीनाथला) उद्या तुम्ही लग्न केलंत, तुम्हांला दहापाच पोरं होऊन ती नाचू-बागडू आणि रडू-ओरडू लागली तरी आम्हांला त्यात हर्षच होईल. या जागेचे धनी तुम्ही–

वसंता : या सर्व फर्निचरचे मालक–

अप्पा : कलात्मक दृष्टीने फर्निचर मांडणारे रसिकराज–

वसंता : मुळीच चावटपणा न करणारे सज्जन महर्षी–

अप्पा : अत्यंत व्यवस्थित–

वसंता : अत्यंत सात्त्विक–

अप्पा : आम्ही तुम्हांला काय सांगावं?

वसंता : आणि आता, का सांगावं?

काशीनाथ : (उभा राहत ओरडून) गप्प राहा! (सूर उतरवून) माझं जरा ऐकून तर घ्या.

वसंता : काय?

अप्पा : हं. बोला.

[दोघे बसतात.]

काशीनाथ : त्याचं असं झालं-की ती मुलगी-मालू वैद्य तिचं नाव–मालन वैद्य-ती आली. इथं आली. ती-ती मला म्हणजे मी तिला–

(घुटमळतो) आमचं-म्हणजे प्रथम तिनंच-नाही, मी–मीच–(अपराधी मुद्रेने) प्रेम जमलं आमचं.

[अप्पा आणि वसंता उठतात जडपणे. चालू लागतात व्हरांड्याकडे.]

काशीनाथ : (पाहत) कुठे–कुठे चाललात? (गडबडत) म्हणजे छे-तसं-तसं काही नाही. तुम्ही उगीचच दोघं तसं-काहीच नाही. मुळीच नाही. अगदी नाही. तुम्ही-तुम्ही दोघांनीही इथं राहावं अशी इच्छा आहे माझी. तुम्ही-तुम्ही इथंच राहायला हवं. याचा त्यात काही संबंध नाही. म्हणजे तशातला काहीच प्रकार नाही! कुणी सुद्धा तुम्हांला जा म्हणणार नाही इथून–हो, तीसुद्धा. मालूसुद्धा. मी तिला सांगितलंय सारं-

वसंता : काय?

काशीनाथ : की-ती तुम्ही चांगले आहात–

अप्पा : (तत्परतेने) थँक्स.

वसंता : आल्याबरोबर त्याबद्दलचेच कॉम्प्लिमेंट्स आम्हांला मिळाले वाटतं?

काशीनाथ : पण–(आशयाने गुदमरलेला. शब्दच फुटत नाही. रडकुंडीला आलेला चेहरा. गप्प बसून राहतो सोफ्यात.)

अप्पा : वसंतराव, मला वाटतं थट्टा फार झाली!

वसंता : पुरे म्हणता?

अप्पा : पुरेच. पाऊस पडेल! (काशीनाथजवळ जाऊन) आलं ना ध्यानात?

वसंता : वहिनी पसंत आहेत आम्हांला!

अप्पा : काय त्यांचा अधिकार!

वसंता : आणि काय करारीपणा!

अप्पा : स्पष्टवक्त्या तेवढ्याच!

वसंता : प्रेमळही असाव्यात. हो, कळायला काय मार्ग? हा काही समजण्याजोगं बोलेल तेव्हा ना.

अप्पा : (काशीनाथला) आता जरा हसा की!

वसंता : तुमच्या पिक्चरमधले हीरो प्रेमभंग झाल्यावर रडतात, तर हा हीरो आता प्रेम जमल्यावर रडायच्या बेताला आला आहे!

काशीनाथ : (उमलत) म्हणजे खरंच बरी वाटली तुम्हांला ती?

अप्पा : बाय ऑल मीन्स!

वसंता : ऑफ कोर्स!

अप्पा : मला विचाराल तर शी इज जस्ट युअर टाइप!

वसंता : मी पाहिल्याबरोबर ओळखलं की या वहिनीच!

काशीनाथ : (हुरळून) अप्पा–वश्या–
    [काटदरे येऊन उभा.]

काटदरे : सोपमेकर–थोडं बोलायचं आहे. तुमच्या साबणासंबंधी. म्हणजे मघाचसारखं नाही, फार महत्त्वाचं! रिअल इंपॉर्टंट!

काशीनाथ : काय ते लवकर बोला–

काटदरे : तुमचा साबण आम्ही फरशीला लावला. आणि सांगायला आनंद वाटतो की फरशी स्वच्छ निघाली!

अप्पा : फरशी?

काटदरे : तर! आत्ताच तिच्यात तोंड बघून आलो!

वसंता : तुमचं तोंड दिसलं तिच्यात?

काटदरे : माझं तोंड दिसलं!

वसंता : तर मग भलतीच स्वच्छ निघाली!

काटदरे : सगळे डागबीग, मातीबिती पार धुऊन गेली! आमची सौभाग्यवती एकूण दोनदा पाय घसरून आपटली!–

अप्पा : अरेरे!

काटदरे : होय हो. वाईट झालं. पण साबणाची क्वालिटी यात दिसून येते की नाही, सांगा! (काशीनाथला) क्रॉंग्रॅच्युलेशन्स! अभिनंदन! आता फक्त वर्णन बदला! कपड्यांचा नव्हे–फरशीचा साबण! मोटारछाप फरशीचा साबण! (थांबून) मला वाटतं, पुन्हा पडली

सौभाग्यवती! हा काय हादरा बसला! बरं, जातो मंडळी–फर्स्ट एड् केली पाहिजे– फरशीला–

[जातो. काशीनाथ गळून सोफ्यात बसलेला.]

अप्पा : (त्याला 'चीअर-अप' करीत) समजा. फरशीचा का होईना, पण साबण! नॉट बॅड. वेगळं क्षेत्र उघडलं धंद्याला! इथं कॉम्पिटिशन नक्कीच कमी असणार! चीअर अप्! पुन्हा मूड जाऊ देऊ नका. (आठवण होऊन) हो. तुम्हांला दुसरी आनंदाची बातमी म्हणजे येत्या पंधरा-वीस दिवसांत हलावं म्हणतो मी इथून. माझी नवी जागा जवळजवळ तयार होत आली आहे. सीलिंगचंच काम थोडं बाकी आहे. वाटेत भेटला होता आत्ता कपाडिया. तेव्हा तेवढं काम झालं की जाईन मी फर्निचरसकट. (हसून वसंताला) नाही तरी गर्दीच की नाही आमची, इथं. नवराबायकोत आड येतो तो म्हणे सात जन्म वटवाघूळ होतो! बरं, वसंतराव?

वसंता : होईल बुवा–

[एक आतल्या बाजूला शर्ट काढीत जातो. दुसरा पँटचा पट्टा सोडीत व्हरांड्याकडे जातो. एकटा काशीनाथ सुन्न होऊन उभा.

पडदा.]

अंक दुसरा

[सामान हलवणे चालू. बरेचसे गेले आहे. अलमारी हलवताहेत. वसंता गडबडीत. काशीनाथ खुर्चीत बसलेला.]

वसंता : (हमालांना) हं, जोर करा–जोर करा– तुम्ही हो– जरा उचला वर तिकडून– आणि तुम्ही, ओढा–ओढा– मी धरलंय घट्ट– नाही पडणार– ओढा– (फारशी प्रगती होत नाही. स्वस्थ बसलेल्या काशीनाथला) अरे भगवान बुद्ध! काश्या (वाट पाहून)– का–श्या–

काशीनाथ : अं?

वसंता : वाटत नाही काही जिवाला?

काशीनाथ : नाही. (शुद्धीवर येत) काय म्हणालास?

वसंता : साबण तयार करताना भांगबिंग वापरावी लागते का रे?

काशीनाथ : अं? भा–(थांबून) नीट आहे की मी. नीट आहे. (उठत) काय हवं तुला?

वसंता : कामाला लाग! सामान हलतंय अप्पांचं आणि तूं सकाळपासून हा असा फोटो काढायला बसल्यासारखा जागोजाग पोज घेऊन बसतो आहेस! तुझ्या डोक्यात काही शिरत नाही आणि घरात असून तुझा आज काही उपयोग नाही. अप्पा काय म्हणतील?

काशीनाथ : अप्पा–अप्पा (पाहत) अप्पा कुठे गेले?

वसंता : खाली आहेत. तू आधी या अलमारीला हात लाव–चल–लाग कामाला–

[सगळे मिळून अलमारी हलवतात. हमाल ती घेऊन जातात. काशीनाथ खुर्चीकडे येतो.]

वसंता : (उरलेल्या हमालांना) श्शू–श्शू–हमाल, उचला–उचला ती खुर्ची. उचला–न्या खाली–

[खुर्ची जाते. काशीनाथ उभा.]

वसंता : (उरलेल्या एका हमालाला) तुम्ही हो– ते स्टूल घ्या– त्या तसबिरी उचला–अच्चळ घ्या–फार किमती आहेत त्या– (काशीनाथकडे पाहून) तू पुन्हा घेतलीस पोज!

काशीनाथ : नाही.

वसंता : नाही काय नाही? काय झालंय काय तुला?

काशीनाथ : काही नाही.

वसंता : मग हा कसला अवतार तुझा आजचा!

काशीनाथ : अवतार–छट्. नीट आहे मी. काही नाही–

वसंता : (बोटं दाखवीत) ही किती? अं? सांग, सांग–किती? (थांबून) काश्या–

काशीनाथ : (किंचित त्रासून) कळली रे. खाली कर. दोन आहेत. उगीच पिडू नकोस बघ मला.

वसंता : (आलेल्या हमालांना) हमाल–अं...ही पुस्तकं–पुस्तकं...काश्या, यांचा एक गठ्ठा बांध. चल. ही घे दोरी–(दोरी देत) बांध–

काशीनाथ : गठ्ठा–

वसंता : हो. बांधायचा.

काशीनाथ : पण–

वसंता : काय झालं?

काशीनाथ : दोरी?

वसंता : मग हे हातात काय आहे तुझ्या?

काशीनाथ : हो–दोरीच. (दोरी घेऊन गठ्ठा बांधायला बसतो. एक पुस्तक उचलतो, चाळू लागतो.)

वसंता : काश्या–

काशीनाथ : काय झालं?

वसंता : त्या अनावृत सुंदरी मग बघ–आधी पुस्तकं बांध. (काशीनाथ पुस्तक मिटून ठेवतो. गठ्ठा बांधू लागतो. मध्येच थांबून बसतो.)

वसंता : (लक्ष जाऊन) काय रे? कुठं अडलं तुझं?

काशीनाथ : अं? अडलं– कुठं नाही. आत्ता बांधतो.

वसंता : तुम्ही हो-हमाल-ते टीपॉय न्या खाली-तो फॅन उचला–चला-उभे राहू नका-(विचार करीत) आणि आता काय बरं राह्यलं? काय राह्यलं (आत शोधत जातो. येतो. हातात एक बाटली, एक विजेची शेगडी.) ही राह्यली. सोनामुखीची बाटली आणि विजेची शेगडी. तरी वाटलंच मला काही तरी राह्यलंय म्हणून घ्या-खाली न्या-टाका मोटारीवर (काशीनाथला) तू काय पाहातोयस?

काशीनाथ : (बांधलेला गठ्ठा नम्रपणे पुढे करीत) गठ्ठा.

वसंता : (गुरुकावीत) हमालाकडे दे. माझ्याकडे कशाला देतोस?

[काशीनाथ गठ्ठा खाली ठेवून ट्रंकवर जाऊन बसतो जवळच्या.]

हमाल : (गठ्ठा उचलून) साहेब–अवं साहेब–

काशीनाथ : ऊं?

हमाल : ती टरंक जरा–

काशीनाथ : टरंक? (उठतो.) घ्या-घ्या ना-(बेडिंगवर बसतो.)

हमाल : आणि बेडिंग–

काशीनाथ : बे-(उठतो.) घ्या. (उचलून देतो) न्या.

[हमाल ते सर्व घेऊन जातो. हा उभा. वसंता व्हरांड्यात गेलेला.]

दुसरा हमाल: (हातात प्लॅस्टरचा ससा) साह्येब–

काशीनाथ : आं? काय?

दुसरा हमाल: हा ससा–

काशीनाथ : ससा? (पाहू लागतो.)

दुसरा हमाल: आक्षी जित्या सशावाणी दिसतोया! आसं वाट्टं का आत्ता उडी मारंल!

[काशीनाथचा उसासा. व्हरांड्यातून वसंता येतो.]

वसंता : (पाहून) काय चाललंय का? काय रे हमाल!

दुसरा हमाल: (उरलेसुरले सामान गोळा करायला धावत) न्हाई–काई न्हाई-

वसंता : (काशीनाथला) श्रीमंत–

काशीनाथ : अं? मी?

वसंता : (चिडून) अरे झालंय तरी काय तुला? कुठल्या शास्त्रज्ञाचं भूत संचारलंय तुझ्या अंगात? का झोपेत वावरतोयस तू? काश्या–

काशीनाथ · ओ. ओरडू नकोस.

वसंता : मग माणसासारखा वाग. (तक्रारीचा सूर) गेल्या आठपंधरा दिवसांत एकही तान मारलेली नाहीस तू. एकदाही 'गणिकेचा छंद नको' म्हणून किंचाळला नाहीस. हसत नाहीस, बोलत नाहीस, नीट उभासुद्धा राहू शकत नाहीस तू आज.

काशीनाथ : (स्वत:कडे पाहत) आहे की नीट उभा.

वसंता : टाळक्यावर दोन मणांचं ओझं ठेवावं तसा फिरतोस आज तू. अप्पा आज आपल्या इथून जाणार–सामान हलवायचं होतं त्यांचं–पण तू जागा मिळेल तिथे बसतोयस, टेकतोयस आणि आम्ही इकडे मरत होतो. चाड नव्हती तुला याची. मदतीला ये म्हणून किती हाका मारल्या मी तुला?

काशीनाथ : (निष्पापपणे) किती?

वसंता : मलाही आठवत नाही. पण फार मारल्या. अप्पांनी तुझं हे असलं तोंड बघितलं तर त्यांना काय वाटेल?

काशीनाथ : त्यांना–वा–(नर्व्हसली) दाढी वाढलीय माझी. आज केली नाही? (किंचित्काळ थांबून आज्ञाधारकपणे) करू?

वसंता : मला काय विचारतोस? आणि दाढी करून काय होणाराय? आंघोळ केलीस?

काशीनाथ : हो-(अस्पष्ट) नाही.

वसंता : मग? अप्पांच्या लक्षात आलं नसलं तरी माझ्या लक्षात आलंय हे. आंघोळ करायला म्हणून बाथरूममध्ये गेलास आणि हात धुवून बाहेर आलास! हे काय आहे?

काशीनाथ : राह्यलंच. लक्षातच.. नाही आलं..

वसंता : (विश्वासात घेतल्याचा सूर) काश्या..

काशीनाथ : अं?

वसंता : प्रेमभंग झालाय तुझा?

काशीनाथ : मा-(स्तब्ध होतो.)

वसंता : नाही म्हटलंन तिनं? की तिचं दुसऱ्याशी लग्न ठरलं? कारण काश्या, होतं बरं असं कधी कधी. फार वाईट वाटतं माणसाला. सहन होत नाही, मस्तक फुटायला येतं. भयंकर असतं ते सगळं... भयंकर असतं... (काशीनाथ गप्प. त्याला जास्त खाजगी सुरात) काय झालं सांग.

काशीनाथ : कुठं काय?

वसंता : मला नाही सांगणार तू? केव्हा नाही म्हटलंन तिनं?

काशीनाथ : ना-पण कुठं म्हटलंन? (नकारार्थी मान हलवीत) अंहं–

वसंता : मग लग्न ठरलं तिचं? दुसऱ्याबरोबर! खरं ना? (काशीनाथची नकारार्थी मान) मग लग्न झालं? (काशीनाथची नकारार्थी मान) मग? (ओरडत) मग काय झालं?

अप्पा : (येत) काहीही झालं असलं तरी इतकं ओरडण्याचं कारण दिसत नाही. काय झालं?

वसंता : विचारा त्यालाच.

काशीनाथ : म–मला? काही नाही. (किंचित थांबून) प्रेमभंग. (पुन्हा थांबून वसंताकडे अर्धवट बोट दाखवीत) याचा. सांगत होता. आत्ता.

अप्पा : वसंतराव–

वसंता : (गडबडून) भलतंच! माझा प्रेमभंग–प्रेमभंग कुठून होणार? मी–म्हणजे मी प्रेमच कुठं केलंय तर–आचरटच आहे हा काश्या? मी काय बोलत होतो आणि हा काय समजला! वास्तविक प्रेमभंग याचाच–

अप्पा : काशीनाथपंत–

काशीनाथ : ओ–

अप्पा : काय म्हणतात हे?

काशीनाथ : ठीक आहे मी.

अप्पा : हे म्हणतात असं काही–प्रेमभंग–(काशीनाथची नकारार्थी मान.) नाही ना? गुड. तसलं काही होऊ देऊ नका. (हसून) बरं. निघतो मी. सामान ब्लॉकवर टाकून पुन्हा स्टुडियोत पळायचंय. शूटिंग आहे. लांब गेलो म्हणून विसरू नका मला. या आमच्याकडे.

वसंता : येऊ ना.

अप्पा : काशीनाथपंत–

काशीनाथ : ओ.

अप्पा : किती तत्पर पाहा! हाक मारली की 'ओ'! काशीनाथपंत, तुमच्या जागेत माझ्यासारख्या अत्यंत वाह्यात माणसाला सामानासह आश्रय दिलात याबद्दल–

काशीनाथ : (हळवा सूर) चेष्टा नको, अप्पा.

अप्पा : खरंच माझे दिवस इथं छान गेले. कसे गेले तेही कळलं नाही. एरवी मी भटक्या माणूस. टोळाच्या जातीचा. घराची ओढ वाटण्यासारखं काही नाहीच. पण इथं आल्यानंतर बदललं होतं सगळं. रात्रीचं शूटिंग संपवून पहाटे गाडी घेऊन इकडे निघालो की बरं वाटायचं. तुम्हा दोघांच्या आठवणी यायच्या. वसंतराव कसे घोरत पडले असतील– काशीनाथपंत झोपेत काय बडबडत असतील–कल्पना करत करत मी इथं यायचा. आठवणीत राहील सगळं. फार छान गेले दिवस. (थांबून) आता लवकर लग्न करून टाका काशीनाथपंत. अशी प्रशस्त सुंदर जागा आहे–पोरगी आहे–साबणाचा स्वतंत्र बिझनेस आहे–मला लग्नाला बोलवालच. की आत्ताच आशीर्वाद देऊ?

[काशीनाथ मख्ख उभा.]

वसंता : काही तरी झालंय त्याला.

अप्पा : काय, काशीनाथपंत–

काशीनाथ : (मुष्किलीने) घसा सुजलाय माझा.

वसंता : (पटदिशी) गाण्याचा परिणाम? आधीच का नाही हे मला सांगितलंस? विचारून विचारून माझा घसा सुजला इथं!

अप्पा : (काशीनाथला) मेहनत बंद ठेवा तात्पुरती. घसा शेकत चला, गुळण्या करा तुरटीच्या. (वसंताला सस्मित) तुम्ही पण. (थांबून) बरं. आता येतोच मी. सवड झाली तर टाकीन इथं फेरी. पण सवड होणं कठीणच. तुम्हीच येत चला–अच्छा–

[दोघे पोचवायला व्हरांड्यापर्यंत जातात. नंतर परत येतात. शून्य मुद्रेने काशीनाथ उभा. वसंता इकडेतिकडे पाहत फिरतो. दोघे एकमेकांकडे पाहतात. वश्या हसतो. काशीनाथ तसाच, शून्य मुद्रेने उभा.]

वसंता : काही तरीच वाटतंय. (वेगळ्या पद्धतीने उभा राहतो.) सोफा नाहीत, खुर्ची नाही, अलमारी नाही, रेडियो नाही–भिंतीला तसबिरी सुद्धा नाहीत. फॅन नाही. नवीनच वाटतंय. जणू आत्ताच जागा घेतलीय आपण! (थांबून) ट्रान्स्फर सीन! (पुन्हा थांबून) मला तर वेड्यांच्या इस्पितळात आल्यासारखं वाटू लागलंय. तिथं पिसाळलेल्या वेड्यांच्या अशाच कोठड्यांत कोंडतात म्हणे. सामानच नसतं. चार भिंती, जमीन आणि छान ! बस्स! (काशीनाथ पाहतो.) आणि दोन वेडे. (त्याच्याकडे येत) तुला काय वाटतं? (काशीनाथ गप्प. वसंता मग अडतो.) ओकं ओकं वाटतंय. धर्मशाळेची सुद्धा आठवण येते. सामानच नाही. (वेगळ्या सुरात) सामानच... ना ही! हं:! (काशीनाथकडे पाहतो. पुन्हा त्याच्याकडे येऊ लागत) तुला नाही गंमत वाटत? (काशीनाथ गप्प. पुन्हा एकदा वसंता अडतो, थबकून उभा राहतो.) या इथं एक सोफा होता, इथं समोर दुसरा सोफा

होता. (काल्पनिक सोफ्याच्या पाठीवरून हात फिरवून पाहतो.) तिकडे ती अलमारी होती. आरशाची... आणि तो तिथे रेडियो. (उसासा.) ८-१५ चं भावगीत आता संपलं. कायमचं. (सूर बदलून) पण मी म्हणतो कायमचं काय म्हणून? (काशीनाथ पुढे जाऊन) आपण आणू रेडियो! विकत! काय कधीच आपल्याला तो विकत घेता येणार नाही? कदाचित मी...किंवा तूच–तूच मोठा कुणी कारखानदार होशील! फार मोठ्ठा–(त्या कल्पनेवरचा विश्वास उडाल्याप्रमाणे ते वाक्य तसेच टाकतो. भोवती पाहत भिंतीला टेकून) सध्या मात्र भरल्या घराची धर्मशाळा झाली आहे. (उगीच काही मजली हसतो. आठवण होऊन) घसा कसा आहे तुझा?

काशीनाथ : अं?

वसंता : घसा कसा आहे? वाटलं तर खुणेनं सांग.

काशीनाथ : काही झालेलं नाही माझ्या घशाला.

वसंता : (आश्चर्याने) मग अप्पांना काय सांगितलंस?

काशीनाथ : सुजलाय म्हणून.

वसंता : (नफरतीने) खोटं सांगितलंस?

काशीनाथ : हो.

वसंता : काय साधलंस खोटं बोलून?

काशीनाथ : रडू आवरता आलं.

वसंता : अं?

काशीनाथ : (घोगरा सूर) रडू आवरता आलं मला. अप्पांचं इथलं अस्तित्व माझ्या दृष्टीनं फार मोलाचं होतं, वश्या. वेळोवेळी त्यांचा आधार असे. पदोपदी त्यांची विचारपूस असे. अडचणीत धीर द्यायचे; संकटात हसवायचे, खुलवायचे. मुळात काय होतं माझं? ही जागा. योगायोगानं मिळालेली. लॉट टाकून सरकारनं या जागा द्यायच्या ठरवल्या. मी उगीचच अर्ज केला. लॉटमध्ये

चुकून माझं नाव आलं. (उसासा.) डिपॉझिट भरायला सुद्धा माझ्यापाशी पुरेसे पैसे नव्हते तेव्हा. तू थोडेसे दिलेस, मी माझ्याजवळचे घातले, आणि उरलेल्यासाठी आपण दहा ठिकाणी तोंड वेंगाडीत फिरलो होतो. अप्पा आले आणि आपलं दारिद्र्य तात्पुरतं संपलं. तोंड वेंगाडणं संपलं. गरजा आपोआप भागू लागल्या. आणि या माझ्या धर्मशाळेला घराची शोभा आली. चार चांगली माणसं इथं राहतात असं वाटण्यासारखी परिस्थिती आली. माझा साबणाचा न चालणारा धंदा आणि तुझी वर्तमानपत्रातली अपुऱ्या आणि अनियमित पगाराची अनिश्चित नोकरी–पण राजयोग्यांसारखे राह्यलो इथं आपण. सगळं आपलंच समजलो. आणि एका अक्षरानंही अप्पांनी या आपल्या अमर्यादेची जाणीव आपल्याला कधी दिली नाही. दिली? (वसंता नकारार्थी मान हलवतो.) खरं म्हणजे वयानं वडील ते आपल्याला, वश्या. पण समवयस्क मित्रासारखे वागले ते. वयाची शेखी नाही, अधिकाराचा गर्व नाही, साधी इथल्या सगळ्या उंची उंची सामानाच्या मालकीची जाणीवही त्यांच्या वागण्यात कधी दिसली नाही. (भरल्या गळ्याने) आपण त्यांचा फार फायदा घेतला, वश्या. निदान मी घेतला. ते–ते सगळं सामान माझंच, असं सुद्धा मी–(गप्प होतो.) [कुठे तरी रेडियो सुरू होतो.]

वसंता : (उजळून) पाच पंचेचाळीस...भावगीत...(खिडकीकडे जाऊ लागतो. मध्येच रेडियो बंद.) चक् चक्. मध्येच बंद केलं! (खोलीत रेडियो होता तिकडे पाहतो. हात चोळतो. ओशाळून काशीनाथकडे पाहतो. दोघेही गप्प. इकडे तिकडे फिरून, न राहवून अखेर) मला वाटतं, चहा करू या.

काशीनाथ : बरं.

वसंता : कर ना तू. तू चांगला करतोस चहा.

काशीनाथ : (जाण्यासाठी वळतो. थांबतो.) कशावर करू?

वसंता	: शेगडीवर. (लक्षात येऊन) खरंच! अप्पांनी नेली. पण मग तुझी ती जुनी शेगडी–साधी कोळशाची–
काशीनाथ	: कोळसे?
वसंता	: तेही हवेतच. (अखेर) चहा राहू दे.

[दोघे पुन्हा गप्प.]

काशीनाथ	: किती वाजले?

[दोघे एकदमच घड्याळ होतं तिकडे पाहतात. एकमेकांकडे पाहतात.]

वसंता	: मला वाटतं, पाच पन्नास झाले असतील. आताच रेडियोवर पाच पंचेचाळीसचं भावगीत चालू होतं–
काशीनाथ	: तितकेच वाजले असणार.
वसंता	: बसायला आण काही तरी.
काशीनाथ	: काय आणू?
वसंता	: आण–आतली वळकटी आण तुझी–नाही तर माझं ते तरट आण–

[काशीनाथ आत जातो. वळकटी आणि तरट आणतो. भिंतीशी तरट अंथरतो. त्यावर वळकटी ठेवतो.]

बरी नाही दिसत–कव्हर पाहिजे–कव्हर...आतलं जुनं गोणपाट आण बरं...

[काशीनाथ ते घेऊन येतो. मग खाली गोणपाट, त्यावर वळकटी. वळकटीवर कव्हर म्हणून तरट. वसंता स्वतःच मग टेकून बसतो शेटियासारखा.]

काशीनाथ	: जपून बस–कापूस–कापूस बाहेर येतो वळकटीचा. जुनी आहे.

[वसंता जपून बसतो. दोघेही अस्वस्थ.]

वसंता	: (अखेर) फर्निचर आणलंच पाहिजे.
काशीनाथ	: हो.
वसंता	: ही काय जागा आहे? हे घर? मला तर पाहवत नाही. भकास

दिसतंय. अवकळा आलीय सगळी. निदान एक टेबल, एक खुर्ची–

काशीनाथ : दोन खुर्च्या.

वसंता : तीन–तीन हव्यात–तीन खुर्च्या, आणि एक–रेडियो. आत्ताच नाही, सावकाश! पण हवाच.

काशीनाथ : अलमारी हवी एक.

वसंता : हो. ती सेकंडहँड चालेल. पण हवी. आणि एक सोफा–साधा, छोटासा–स्वस्तातला–हा एवढा–(सचित मुद्रेने) कुठून आणायचं सगळं! (खाली मोटारचा हॉर्न.)

काशीनाथ :
वसंता : } (दचकून) अप्पा? अप्पांची मोटार?

[दोघे व्हरांड्याकडे धावतात. पुन्हा संथपणे परत येतात.]

वसंता : (हसून) भास होतायत. (आठवण होऊन) मोटारमधनं ऑफिसमध्ये जायची आमची स्वारी. ताठ मानेनं! दुतर्फा तुच्छतेनं पाहत! (उसासत) आज आता पायीच गेलं पाहिजे. नाइटला.

काशीनाथ : पण ट्रामनं–

वसंता : खर्च होतो. जाण्यायेण्यात दोन आणे जातात. जाईन मी पायीच. आता सवय केली पाहिजे. (स्मरण होऊन) निघायलाच हवं. काही मिळालं तर पाहू आज. (हाताने दाखवतो.)

काशीनाथ : किती महिन्यांचा थकलाय आता?

वसंता : चार. पुरा होईल हा पाचवा महिना. मिळाले दहा-पाच रुपये तर आपल्याला सध्या तेवढेच. काय? (उठून कपडे चढवू लागतो.) दूधवाला द्यायचाय अद्याप. माझा खानावळवालाही बाकी आहे दोन महिन्यांचा. घालतो बिचारा जेवायला. कारण मी जेवणात गुंतलो म्हणजेच तगादा लावायला त्याला वेळ सापडतो? (कपडे करता करता थांबतो.) छे. उगीच विषय निघाला.

काशीनाथ : कसला?

वसंता   : जेवणाचा रे. आज आता जेवायला मिळणार नाही. वेळ कुठला?
सरळ ऑफिसमध्ये जावं लागणार. (शर्टची बटणे लावीत)
आठवण झाली की भूक लागते. एरवी कसं शांत होतं पोट.
असं करतो, आता वाटेत भेळ घेतो दोन आण्यांची; वर एक
आण्याचा चहा. आणि मग ऑफिसात तासातासानं ग्लास
ग्लासभर थंडगार पाणी. पाण्यानं भूक मंदावते, आहे माहीत
तुला? माझा शोध आहे हा. पेटंट घ्यायला हवं. (निघतो.)
तुझ्या जेवणाचं काय?

काशीनाथ : निघेन थोड्या वेळानं.

वसंता   : पण जेव. अं? जेवलास म्हणजे बरं. फारच भूक लागलीय
मला! अच्छा–(थांबून) फर्निचर घ्यायला हवंच आपण थोडंसं.
असं करू. दर महिन्याला–(त्याच्या तोंडाकडे पाहून) बरं.
मगच ठरवू ते. अच्छा. टाटा. आता सकाळी–
[जातो. काशीनाथ एकटाच बसला आहे वळकटीवर.]

काटदरे   : (दारातून) सोपमेकर! (काशीनाथ पाहतो.) आत येऊ काय?
(काशीनाथ बोलत नाही. समोर पाहत बसतो. आत येत)
अप्पा गेले. (तरीही काशीनाथ बोलत नाही. पुन्हा एकदा)
आज रस्त्यानं बघितलंत की नाही–

काशीनाथ : (थोडा 'इंटरेस्ट' लागून) काय?

काटदरे   : पोलिसांनी सौजन्य सप्ताह पाळलाय.

काशीनाथ : बरं.

काटदरे   : नाही, पाळलाय म्हटलं!

काशीनाथ : (डोळे वटारून) मी पोलीस नाही.

काटदरे   : ते झालंच. आपल्या पाचशे एक साबणाचा भा–

काशीनाथ : दुसरा विषय काढा!

काटदरे   : बरं. (थोडासा विचार करतो. सूर बदलून) त्या दिवशी म्हटलं
इथं कोण आलं होतं?

काशीनाथ : कुठल्या दिवशी?

काटदरे : त्याच दिवशी-(त्याच्या शेजारीच बसत) मी वर आलो होतो- तुम्ही मला आत येऊ देत नव्हतात-मी कोणाय म्हणून विचारलं तर तुम्ही म्हणालात 'उकाडा' म्हणून! आठवतं?

काशीनाथ : बरं, मग?

काटदरे : आत कोण होतं?

काशीनाथ : तुम्हांला काय करायचंय?

काटदरे : आम्हांला-छट्. लग्न होऊन पंधरा वर्षं झाली की. चार मुलं आहेत आता आम्हांला. आणि... (थांबून) सहज विचारतो.

काशीनाथ : विचारू नका.

काटदरे : नको? बरं. (किंचित्कालाने) पण तुम्ही सांगायला हरकत नाही-

काशीनाथ : मी सांगणार नाही. (तोंड फिरवून बसतो.)

काटदरे : (कुचंबून) मग मी आता काय करू?

काशीनाथ : स्वस्थ बसा. किंवा खाली जा. किंवा काय वाटेल ते करा.

[काटदरे किंचित विचार करतो. मग खिशातून विडी काढतो.]

काटदरे : हवी? फर्मास आहे-

काशीनाथ : (जवळजवळ ओरडून) नको! (काटदरे एकटाच मग ती शिलगावून ओढीत बसतो. एकदम त्याच्याकडे रोखून पाहत) सँपल्स हवेत का साबणाचे? मोटार छाप 'फरशी' च्या साबणाचे? त्याचसाठी आलात ना?

काटदरे : (जरा लांब होऊन विनम्र हसत) बरोबर ओळखलंत बुवा.

[काशीनाथ त्याला धरतो, उठतो. ओढीत आत नेतो. स्टेज रिकामे. दारातून मालू आत येते. हातात दोन पिशव्या, कपड्यांनी भरलेल्या. सर्वभर पाहते. पुन्हा बाहेर जाते. आत येते. मुद्रेवर नवल. किंचित संताप. पिशवी ठेवते एका बाजूला. तितक्यात काशीनाथ आणि बऱ्याच साबणांसह काटदरे, आतून बाहेर

येतात. मालूला पाहून थबकतात. ती त्यांच्याकडे पाहत आहे. साबणाच्या वड्या सावरीत काटदरे नमस्कार करतो आणि पळत बाहेर निघून जातो. काशीनाथ उरलेला. गळतो, खचतो, वितळू लागतो. मालू आणि काशीनाथ एकमेकांसमोर उभी.]

मालू	: (अखेर भोवती हात दाखवीत) हे काय?
काशीनाथ	: (नको होता तो प्रसंग आला. आणि हा असा अचानक!) हे–हे–(घुटका.)
मालू	: असं काय करतोस टॉन्सिल्सचं ऑपरेशन केल्यासारखं? सामान कुठं गेलं?
काशीनाथ	: सा–सामान–सामान–
मालू	: गृहस्था, जागा बदललीस तर मला कळवायचं तरी होतंस! माझ्या अपरोक्ष सामान पाठवून मोकळा! आणि आता तू इथं नसतास म्हणजे मी कुलूप पाहून कुठं जाणार होते?
काशीनाथ	: म-मी-मी-मी–म्हणजे–मी नाही–मी–मी
मालू	: आणि असं घाबरायला काय झालं?
काशीनाथ	: कुठं-कुठं काय...काही नाही–
मालू	: दुसरी जागा मिळाली?
काशीनाथ	: नाही. (घाईने बेत बदलून) हो–
मालू	: पण मग मला कळवलं का नाहीस तू? (काशीनाथ गप्प उभा.) सामानाबरोबर कोण गेलंय?
काशीनाथ	: (उत्तर तर दिलेच पाहिजे.) अ-प्पा...
मालू	: अप्पा?
काशीनाथ	: हो. त्यांचंच-त्यांच्याच गाडीतून-मोटार-मोटारमधून-
मालू	: पण मला आधी का कळवलं नाहीस? ही गुप्तता का, म्हणते मी?
काशीनाथ	: म-मी–पण मी-(नकारार्थी मान हलवतो.) माझं नव्हतं.
मालू	: कल्पना कुणाचीही असेल म्हणते मी; पण तू मान्य कशी

केलीस? सामान तर तुझं होतं ना? आणि परवाच आपलं
ठरलं सुद्धा होतं की, एकमेकांच्या संमतीवाचून काहीही करायचं
नाही म्हणून. नव्हतं ठरलं?

काशीनाथ : होतं.

मालू : असंही ठरलं होतं की, एकमेकांपासून काहीही लपवून ठेवायचं
नाही. नव्हतं ठरलं?

काशीनाथ : होतं.

मालू : लागलीच मी तुला, मला किती वेळा कुठं कुठं दाखवली
आणि कशी नापसंत केली, ते सगळं सांगितलं होतं. फक्त
तुला. आठवतं?

काशीनाथ : हो.

मालू : तूच डोळे टिपलेस माझे. म्हणालास... "तू माझीच आहेस..."
(तो होकारार्थी मान हलवतो.) आणि आज हे असं! (काशीनाथ
मान खाली घालतो.) प्रथम मला वाटलं की मी जागाच चुकले.
आत पाहते तो सगळी धर्मशाळा. पुन्हा बाहेर जाऊन दारावरची
पाटी नीट पाहून आले मी. समजलं? (तो उभाच.) नोटीस
कधी दिलीस या जागेची?

काशीनाथ : जाग-जागेची-(नकारार्थी मान) नाही दिली.

मालू : मग एकदमच बेत ठरवलास?

काशीनाथ : हो. अप्पा-अप्पा-

मालू : अप्पा राहू देत. इथं सगळा गोंधळ केलास तू. नवी जागा
घेतलीस-मला कळवलं नाहीस. नोटीस-अद्याप दिली नाहीस.
सामान हलवलंस. आणि तू इथे! आणि मीही इथेच! असले
कसले सल्ले देतात तुझे अप्पा? (आठवण होऊन) आणि तो
कवी-उपसंपादक- तो कुठाय? सामान लावणाराय की काय
तो त्या नव्या जागेत? अं? सांग लवकर- म्हणजे प्रथम मला
तिथं पळायला हवं. कुठाय तो?

काशीनाथ : तो ऑफिसात–

मालू : मग कपडे कर–

काशीनाथ : अं?

मालू : कपडे कर. (थांबून) कानात तेल घालायला हवं तुझ्या. (थांबून) नव्या जागेत जायचं आपण. सामानाची मोजदाद घ्यायला हवी मला. लागलीच हातासरशी लावून पण होईल. (उमाळ्याने) पण हे काही तू बरं केलं नाहीस! मला न कळवताच सगळा उद्योग केलास. विचारायचं तरी होतंस? (काळजीचा सूर) भारी भारी सामान... कसं गेलं असेल, कुणास ठाऊक? (कटु स्वर) ती अप्पांची गाडी! धडम् धडम् करीत जाणारी! कपाटाची काच फुटली किंवा काही मोडलं तोडलं तर कोण देणार आहे भरून? पैसे असतील, मी म्हणते, तसे चार आपल्याजवळ– पण बिनश्रमानं नाही ना मिळत ते? एवढा मोठा साबणाचा बिझिनेस चालवावा लागतो तुला–(त्याची अवस्था पाहून) असा खजील झाल्यासारखा काय उभा राहतोस? चलायला हवं आपण. (आठवण होऊन) थांब. काही राह्यलंय का पाहते मी. (आतून डोकावून येते. वळकटीकडे नजर टाकते.) सारं कवीचंच आहे. (आठवण होऊन) आणि हो. पुन्हा त्या काटदऱ्याला–(त्याची अपराधी मुद्रा पाहून) अरे अशानं धंदा कसा चालेल? पुन्हा आला तर 'हुडुत्' म्हणावं. बाकी पुन्हा तो येणार तरी कसा? आपण जागाच बदलली! कशी आहे आपली नवी जागा?

काशीनाथ : (प्रयासानं) अं? जा-जागा–जागा–

मालू : बरं नाही का तुला? (अंगाला हात लावून पाहते.) थंडगार आहेस बेडकासारखा. ताप होता? सडकून घाम आलाय, म्हणून विचारते. किती होता ताप?

काशीनाथ : ता-ताप...(नकारार्थी मान हलवतो. खाली पाहतो.)

मालू   : मग काय झालं? (तो दचकून वर पाहतो.) काय झालं ते सांग
              मला. काही तरी झालंय. (तो बोलण्याचा प्रयत्न करतो, पण
              जमत नाही.) माझ्याशी लग्न करण्याचा विचार बदलला तुमचा?

काशीनाथ : (जोरजोराने मान हलवीत) नाही–

मालू   : मग? मग काय झालं? सांगितलंच पाहिजे तुला.

काशीनाथ : (अत्यंत प्रयत्नपूर्वक) मी–मालू–(तिच्याकडे पाहतो. खाली
              पाहतो.) मी तुझ्याशी खोटं बोललो.

मालू   : (आठवण होऊन) एक सांगायचं राह्यलंच तुला! मी घर सोडून
              आले. (काशीनाथ बावळटासारखा नुसता पाहतो आहे.) हो.
              घर सोडलं मी. मामांची इच्छा होती, मी इतक्यात लग्न करू
              नये. मी नोकरी करावी. नेहमीच म्हणत ते तसं. पण आज मी
              त्यांना साफ सांगितलं, मला नाही नोकरी करायची. खूप
              भांडाभांडी झाली. खडाजंगी उडाली. मी म्हटलं, माझं आयुष्य
              हे माझं आहे. मला लग्न करायचंय. माझी निवड मी केलीय,
              तुम्हांला दिडकीचा खर्च नाही. तशी काय उखडले ते!
              विचारल्यांनी, ''कोण उपटसुंभ आहे तो?'' मी सांगितलं,
              म्हणजे मी सांगितलं की तो उपटसुंभ नाही, चांगला साबणाचा
              कारखानदार आहे. तशी काय थक्क झाले मामा! मी म्हटलं,
              त्याची स्वतःची एक हवेशीर जागा आहे– मला अर्थात हा
              तुझा परस्पर जागा बदलण्याचा बेत माहीतच नव्हता. कसा
              असेल? तर मी सांगितलं, त्याची छानशी प्रशस्त जागा आहे,
              तिच्यात मस्तपैकी भारी भारी फर्निचर आहे, अलमारी आहे,
              रेडियो आहे, खूप पुस्तकं आहेत, विजेची शेगडी आहे,
              इलेक्ट्रिकचा फॅन–फॅन व्यवस्थित गेला ना रे? –तर मामा
              अगदी 'आ' वासून पाहू लागले. कारखान्यात किती माणसं
              आहेत, विचारीत होते. मी सांगितलं, शंभर. तू मला सांगितलं
              होतंस तीसपस्तीस म्हणून, पण मी म्हणते, पाच-पन्नास जास्त

सांगितली म्हणून काय बिघडलं? विचारीत होते, साबण कसला? मी सांगितलं, मोटार छाप. आणि चांगली नाकावर टिच्चून मामांच्या, कपडे घेतले माझे आणि ही इथं आले. "चालती हो" म्हणतात मला. मी सांगतो असं वागायचं नसेल तर म्हणे या घरात तुला स्थान नाही. नाही तर नाही. आले निघून. प्राण गेला तरी पुन्हा पाऊल ठेवणार नाही, असं बजावलं निघताना. येऊन जाऊन काय, आईला वाईट वाटेल फार! धाकट्या भावंडांना वाईट वाटेल माझ्या...त्यांच्याकडेच राहतात ती. पण आपण त्यांना वेगळं बिऱ्हाड करून देऊ लवकर. हवेत कशाला मामांचे उपकार? फार खर्च नाही माझ्या माणसांचा! आम्हांला मुळी श्रीमंतीत राहताच येत नाही. (आठवण होऊन) हो, पण तू काय सांगत होतास? (काशीनाथ तोंड चाळवतो.) भानच नाही राहिलं मला. माझंच सांगायला लागले मी. पण फार बरं वाटलं आज मला. जुलूम झुगारला मी. माणसाच्या मानानं राहायचंय मला. मामा झाले म्हणून काय झालं? लग्न करून माझं नशीब उजळणं हा हक्क आहे माझा. (काशीनाथ स्तब्ध.) हं. सांग ना. काय म्हणत होतास तू?

काशीनाथ : मी–(तिच्याकडे पाहतो. इतरत्र पाहतो. खाली पाहतो.) मी–

मालू : काय झालं? चुकलं माझं?

काशीनाथ : तु–चुकलं–छे! (नकारार्थी मान.) माझंच चुकलं.

मालू : तुझं? तुझं काय चुकलं?

काशीनाथ : मी–मी तुला–

मालू : पश्चात्ताप वाटतो आता माझ्याशी लग्न ठरवल्याबद्दल?

काशीनाथ : अंहं–नाही–पश्चा–पश्चात्ताप नव्हे–पश्चात्ताप नव्हे...

मालू : असा कोड्यात टाकू नकोस मला.

काशीनाथ : मालू–(प्रयत्नपूर्वक) मालू, तुझ्याशी मी खोटं बोललो.

मालू : माझ्याशी?

काशीनाथ : हो. तुझ्याशी. तुझ्याशीच. मी म्हटलं की ही जागा माझी आहे–

मालू : मग? तुझी नाही ही?

काशीनाथ : नव्हे–नव्हे–आहे, माझीच... आहे.. पण–आणि मी म्हटलं की इथलं– इथलं सामान पण (अस्पष्ट) माझंच...सामान पण...(नवीन जोर आणून) खोटं बोललो मी. सामान–अप्पांचं होतं. माझी फक्त...जागाच...

मालू : (अविश्वास) खोटं–

काशीनाथ : खरं, तुला फसवलं मी. नाइलाजानं. पण आता नाही. आता नाहीच.

मालू : सामान अप्पांचं होतं? अलमारी, रेडियो, फॅन, पुस्तकं, सोफे, तसबिरी, तो ससा... इलेक्ट्रिकची शेगडी, कपाट, गालिचा, तो तिथला पुतळा, खुंट्यासुद्धा?

काशीनाथ : (मानेने होय होय केल्यावर) अप्पांचं.

मालू : मग तू मला–(स्तब्ध) म्हणजे तुझं काहीच–(स्तब्ध. मग धुमसत्या सुरात) आणखी काही?

काशीनाथ : आणि–(प्रयास करीत) रागावू नकोस, मालू–मी–मी–

मालू : सांग काय ते.

काशीनाथ : मी–पण तू–मालू–

मालू : (विलक्षण कठोर सूर) सांग म्हटलं ना!

काशीनाथ : ही–ही जागा फक्त माझी आहे. जागा. ती सुद्धा सरकारचीच–सरकारची... पण मला मिळालीय लॉटमध्ये. त्या–त्या अर्थानं माझी. आणि वश्या–तो–तो कवी नाही. नुसताच–उपसंपादक आहे. ते सुद्धा खोटं होतं, मी तुला सांगितलं ते. आतलं सामान–आता ही वळकटी बाहेर आणलीय पण आतच होती ही–सामान, वळ्–वळकटी, तरट, गोणपाट–माझंच होतं. मीच अव्यवस्थित होतो–अद्याप आहे–व–वश्या ठीक आहे. म्हणजे

व्यवस्थित. तेही (अस्पष्ट) खोटंच सांगितलं मी. आणि–आणि–

मालू   : बोल.

काशीनाथ : (गळून) संपलं, (अत्यंत केविलवाणा उभा राहतो.)

मालू   : मग ही जागा सोडलेली नाहीस तू?

काशीनाथ : (दुबळा सूर) राह्यलंच ते. अप-अप्पा गेले–दुसरी जागा मिळाली
           त्यांना. दादरला गेले ते. आत्ताच. सामानासकट. मी–वश्या–
           आम्ही आहोत इथंच. वश्या ड्यूटीवर गेलाय–नाइट्–(पुटपुटत)
           नाइट्...

मालू   : पण हे सगळं आधीच का सांगितलं नाहीस तू मला?

काशीनाथ : म–मी–तुला–मी

मालू   : (जास्त जोराने) का माझी फसवणूक केलीस?

काशीनाथ : मालू–

मालू   : (आणखी जोराने) सणसणीत थापा मारल्यास तू मला! एकाहून
           एक!

काशीनाथ : मालू–

मालू   : किती श्रद्धेने मी तुझ्याकडे पाहत होते–किती विश्वासानं तू
           सांगत होतास ते खरं मानत होते–विसंबत होते–आशा गुंतवून
           ठेवीत होते... आणि माझ्याकडून लग्नाचं वचन घेऊन मला
           आता हे असं सांगतोस! इतक्या उशिरा! इतकं सगळं झाल्यानंतर!
           फसवणूक–फसवणूक केलीस तू माझी! विश्वासघात केलास!

काशीनाथ : (अस्पष्ट) मालू...

मालू   : किती आनंदात होते मी... किती सुखात होते... मजेत होते...
           वाटलं होतं, सगळं माझं–माझं हक्काचं. मालकीचं. रेडियो,
           अलमारी, पंखा, कोच, एकेक उंची वस्तू...माझं सगळं!
           तुझ्या शब्दावर विश्वासले मी! किती मनोरथ रचले होते, किती
           बेत... (उसासा. घोगरा सूर) फसवलंस मला तू! हातोहात
           फसवलंस! साधा भोळा स्वभाव माझा–मीही फसले. विश्वास

ठेवला मी. आणि आता ही धर्मशाळा पाहायची वेळ आलीय! हा तबेला! सामान तुझं नव्हतं तर का सांगितलं नाहीस मला तसं? का फसवलंस मला? की फसवत राहिलास? काय केलं होतं मी तुझं? भोळा स्वभाव हा गुन्हा आहे? सरळ वागणं ही चूक आहे? चांगल्या माणसांचं जगच नाही!

काशीनाथ : (मनापासून) मी चुकलो, मालू.

मालू : चुकलास? जाणूनबुजून केलंस आणि आता चुकलो म्हणतोस! समजूनउमजून तू माझ्याशी–

काशीनाथ : नाही, मालू–

मालू : गरिबीत आयुष्य गेलं माझं. अन्नवस्त्राला सुद्धा मोताद होतो आम्ही. आधी असलं काही पाहिलं नव्हतं. मिळण्याची शक्यता नव्हती. पण आपलं असावं असं वाटे. आपलं हक्काचं. असली जागा... सामान... (निराश सूर) वैभव... (कटु सुरात) आशाच माणसाचा घात करते!

काशीनाथ : मालू–माझं ऐक–

मालू : खूप ऐकलं तुझं. इतके दिवस ऐकतच तर होते! आता काय आणखी ऐकू?

काशीनाथ : मी–मी मुद्दाम नाही केलं, झालं माझ्या हातून. (घाईने) बोलू नकोस, ऐक–ऐक–मी–मला–मला तुझं–तुझं प्रेम हवं होतं मला–तू हवी होतीस–फार हवी होतीस तू मला– तुझ्याशिवाय माझं मुळीच चालणार नाही असं वाटायचं मला. तुझ्याशिवाय मी जगणारसुद्धा नाही–

मालू : पुढं सांग. जास्त खोटं बोलू नकोस.

काशीनाथ : (घोगरट सूर) खोटं–(आवंढा गिळतो). खोटं नाही ग. खरं आहे ते. गळ्याशपथ! (पुन्हा प्रयत्नपूर्वक) तू गेलीस तर माझ्या आयुष्यात काही उरणार नाही. जगण्यात मग राम राहणार नाही, असं वाटायचं मला... सारखं वाटायचं. आणि–

आणि तुला तर हे–(लक्षात येऊन) ते सामान आवडलं
होतं...हवंसं वाटत होतं... तू–तू जणू त्याच्यावर प्रेम करीत
होतीस...तू–(अडखळत) म्हणून मी–मला–मला–खरं सांगवलंच
नाही. मी–माझंच म्हणून...(थकून पुन्हा वळकटीवर बसून)
खोटं बोललो मी...(आवेगाने) पण तुला फसवायचं नव्हतं
मला. मी–मी तसा फार खोटं बोलत नाही–वश्याला विचार,
अप्पांना हवं तर–(अखेर बोलणे टाकून स्वस्थ बसतो.)

मालू	: हं:! खोटं बोलत नाही म्हणे. ही खोटं बोलण्याची तुझी पहिलीच खेप?
काशीनाथ	: (होकारार्थी मान हलवतो.) मोठी अशी–पहिलीच...
मालू	: आणि किती सराईतपणं खोटं बोललास तू! तेही अनेकदा! अनेक दिवस–
काशीनाथ	: पण मी–खरं बोलण्याचा प्रयत्न करीत होतो–(अनाथ सूर) जमलं नाही मला. जीभ अडायची. शब्दच उमटत नसे. काही तरी व्हायचं. खोटंच बोललं जायचं. खोटंच–(पुन्हा गप्प बसतो. ती त्याच्यापासून दूर जात व्हरांड्याच्या दाराशी पाठमोरी उभी राहते. निश्चल. तो तिच्याकडे पाहतो आहे. नखांशी चाळा करण्याचा प्रयत्न करतो. मग उठून तिच्यामागून काही पावले जातो, अडतो. घसा किंचित साफ करून) मालू...चाललीस तू?
मालू	: कुठं जाऊ? घरातून बाहेर पडलेय मी. परत तिथं न जाण्याची प्रतिज्ञा करून. मला कुठं कल्पना होती की ज्या आधारावर मी बाहेर पडले, तोही...
काशीनाथ	: (घोगरा सूर) खरं आहे. तोही आधार दुबळा निघाला. दरिद्री निघाला. (शर्थीनं) फसवा निघाला. (दु:खभराने स्तब्ध राहतो.) असं होणार हे माहीत होतं मला. पूर्वीपासूनच–
मालू	. तरी एका शब्दानं तू मला खरं ते सांगितलं नाहीस! हीच

माझ्या प्रेमाची कदर ठेवलीस तू! हीच तुझ्या लेखी माझी किंमत!

काशीनाथ : तसं नव्हे ग. तसं नव्हे. मी—माझी जीभ वाईट आहे, हासडून टाकली पाहिजे ती. ओढून फेकून दिली पाहिजे. राहण्याच्या लायकीची नाही. खरं ते सांगायचं असं मी हजारदा म्हटलं; ठरवलं-निश्चय केला-प्रतिज्ञासुद्धा केली...(उसासा.) नशीब फिरलं की सगळंच फिरतं माणसाचं. जीभसुद्धा उलटी वळते. तुझी फसवणूक हे पाप वाटायचं मला; पण खरं निघतच नव्हतं तोंडातून. (वैतागून) शेम! नाही तुला पटायचं. कुणालाच पटणार नाही. वाईट आहे मी. पाजी! (खिन्नपणे) जे व्हायला नको होतं ते झालं अखेर. मी माझ्याच हातानं-(सुधारून घेत) जिभेनं स्वतःचं वाटोळं केलं. सत्यानाश केला. नशीब लागतं माणसाचं. पंचपक्वान्नांचं जेवण तोंडाशी येतं आणि जातं. हवं होतं ते मिळालं तरी राखायला वकूब लागतो. कर्तृत्व लागतं! इमान लागतं. (फेऱ्या मारतो. थांबतो.) मला माहीत आहे, तू सोडून जाशील आता मला. मी तुला आवडणार नाही. तिरस्कार वाटेल माझा तुला. संताप वाटेल. (उमाळ्याने) जा मालू, सुखानं राहा तू-कुठंही एखाद्या श्रीमंत घरी, उमद्या पतीबरोबर... खरं म्हणजे मीच योग्य नव्हतो तुला. मी नालायक आहे, वाईट आहे. खोटारडा आहे. एकटंच राहू दे मला-एकटंच...(गळा दाटला आहे.)

मालू : (त्याच्याजवळ जाते. त्याच्या खांद्यावर हात ठेवते. तो वळतो. त्याला) तू वेडा आहेस. (दोघे एकमेकांकडे पाहतात.) वेडं कोकरू. (त्याला वळकटीकडे आणते) बैस असा. (तो आज्ञाधारकपणे बसतो. त्याच्या शेजारी बसून) मग जाऊ म्हणतोस मी? कुठंही मजेत राहू? श्रीमंत घरी... उमद्या पतीबरोबर... बरं. जाईन मी. तुझ्या म्हणण्याबाहेर न जायचं परवाच कबूल

केलंय मी. आता तरी कशी जाऊ? गेलंच पाहिजे मला—

काशीनाथ : मालू... (ती पाहते) तसं नव्हे; पण माझ्याजवळ राहून काय मिळणार तुला? म्हणून मी—

मालू : लांब जायला सांगितलंस. तेही खरंच. काही तरी मिळणार असल्याशिवाय का कुणी कुणापाशी राहतं?

काशीनाथ : तसं नव्हे...

मालू : मग कसं?

काशीनाथ : काही नाही. तू आत्ताच म्हणालीस ना, की मी—

मालू : वेडा आहेस. वेडपट. सामानावर माझं प्रेम होतं का रे? अलमारीवर, फॅनवर, रेडियोवर... मग तू का नाही या माझ्या पर्सवर तात्पुरतं प्रेम करीत? हं:! प्रेम असं असतं? आम्हा बायकांच्या—माझ्या—प्रेमाची हीच पारख तुला? (गंभीरपणे) मला ते सगळं सामान आवडलं होतं. असं काही तरी वैभव आपल्यापाशी असावं, आपण त्याची खूप निगा राखावी, ते सुशोभित दिसेल असं दर दिवशी नव्याने मांडावं, घासावं, पुसावं, आणि आल्यागेल्याकडून चांगलं म्हणवून घ्यावं, प्रत्येकाच्या हेव्याचा विषय व्हावं, असं वाटायचं मला. अद्याप वाटतं. आणि नेहमी वाटेल. पण मी प्रेम तुझ्यावर केलं. सामानासाठी नव्हे—कदाचित् त्यानं त्यात भर पडली असेल— दोष असेल तो माझा—पण तुझ्यासाठी मी तुझ्यावर प्रेम केलं. केवळ तुझ्यासाठी.

[दोघे एकमेकांकडे पाहत राहतात जिव्हाळ्याने.]

काशीनाथ : (पुन्हा काही तरी शंकेने) पण—म्हणजे सामान...नसलं तरी—

मालू : तरी. नसेना का सामान. सामानानं ही जागा फार सुंदर दिसत होती; आता तितकी दिसणार नाही. पण जागा तर आहे? आणि अप्पाचं सामान त्यांनी नेलं असलं तरी (एकाएकी काही

तरी सुचून) आपलं सामान आपण आणू!

काशीनाथ : (दचकून) आ–

मालू : काही बोलू नकोस तू. हे बघ. तुला महिना अडीचशे रुपये साबणाच्या धंद्यात मिळतात. अं? वास्तविक शंभर–नव्हे, तीस माणसांचा कारखाना असल्यावर जास्त सुटायला हवेत; पण ते नंतर पाहू आपण. सध्या अडीचशेच धरले. (तो अंग चोरून बसतो.) आता आपला दोघांचा महिन्याचा खर्च काटकसरीनं आणि तरीही अगदी मजेत राहून दोनशेत भागेल. उरले पन्नास रुपये. पंचवीस रुपये सेव्हिंग; आणि पंच–(त्याच्याकडे पाहत) असं काय करतोस? खरंच ताप होता का रे तुझ्या अंगात? मी आल्यापासून घामानं निथळतो आहेस नुसता. हुडहुडी भरावी तसं करतोयस. (अंगाला हात लावून पाहत) पुन्हा तेच! थंडगार आहे अंग तुझं. (तो बोलत नाही.) तर काय म्हणत होते मी, पंचवीस रुपये सेव्हिंग आणि पंचवीस रुपये खरेदी. दर महिन्याला ही अशी वाटणी करायची वरच्या रकमेची. वर्षभरात काय काय जमवता येईल आपल्याला! अप्पांचीच शेखी नको मग. (तो बोलत नाही.) बरं आता सांग, तुझ्याजवळ सध्या काय काय आहे?

काशीनाथ : अं?

मालू : तुझ्याजवळच्या वस्तूंची आपण प्रथम यादी करू. म्हणजे तेवढ्या सामानाचा प्रश्न–असा काय पाहतोयस? नीट पाहा–तर तेवढ्या सामानाचा प्रश्न सुटेल. उरलेलं दर महिन्याला काही ना काही आणायचं. कसं? (तो होकारार्थी मान हलवल्यासारखी करतो.) आण तुझं सामान.

काशीनाथ : (गोंधळून) आं?

मालू : सामान आण ना तुझं. (तो स्तब्धच.) इथं जमव.

काशीनाथ : (जागच्या जागीच घोटाळत) पण ते–फार नाही–

मालू : माहीत आहे मला. एरवी, दिसलं नसतं का मला ते? हं. आण एकेक–

काशीनाथ : म–मी–मालू–(भयग्रस्त उभा. घुटमळत) सामान... सामान...

मालू : तेच तेच परत परत बोलायची भारीच खोड तुला. आण एकेक चल-(वळकटीपासून आरंभ) ही वळकटी त्या कवीची–

काशीनाथ · क–ना–नाही–

मालू : नाही?

काशीनाथ : माझी.

मालू : मग कवीची म्हणून कशाला थाप मारलीस मला? थापाड्या कुठला. बरं, ही वळकटी. म्हणजे वळकटीचा प्रश्न मिटला. (उलगडू लागते.)

काशीनाथ : (घाईघाईने) न–नको–नको–

मालू : का? आत हायड्रोजन बॉम्ब आहे? (नकारार्थी मान हलवतो.) मग?

काशीनाथ : कापूस–कापूस–

[तिने तेवढ्यात वळकटी उलगडली आहे. तो डोळे मिटून घेतो. एक मळकी विटकी चादर, एक तेलकट, मेणचट उशी. खुद्द भयंकर वळकटी.]

मालू : काय रे हे! (तो काय बोलणार?) शी शी. किती शतकं झोपतो आहेस हिच्यावर? (एकेक वस्तू उचलीत) ही चादर. ही निरुपयोगी आहे. आणि या उशीला कव्हर का नाही? सांग, का नाही? (तो गप्प. उचलून पाहते.) कामातून गेलीय. पिळली तर पिंपभर खोबरेल तेल पडेल. पण त्या तेलाचा काय उपयोग? (उशी बाजूला टाकते.) माणसानं चैन करू नये; पण हे काय गलिच्छ राहणं! महिना अडीचशे रुपये मिळतात त्याचं करतोस काय तू? (तो नाइलाजाने उभा.) हे तरट कुणाचं? तुझंच–

काशीनाथ : वश्याचं.

मालू : नक्की? की थाप? (उत्तराची अपेक्षा न ठेवता) बाजूला ठेव हे
तिकडे. आणखी काय? आण एकेक–आण म्हणजे आण. मी
बायको होणाराय तुझी. सगळं ताब्यात घ्यायलाच हवं आता
मला. आता आत काही असलं तर आण–चल–(तो घुटमळतो.)
आण ना–

[जातो. घेऊन येतो एकेक वस्तू. दोन्ही बाजूंनी उघडणारी बॅग.
पोचे आलेली ट्रंक. एक फुटका आरसा. निकामी शेगडी.
बिनकानाचा एक कप आणि बशी. रॉकेलची रिकामी बाटली.
एक बालडी–ती गळते म्हणून तिला बुडाशी चिंधी अडकवलेली.
एक कळकट तांब्या. साबण ठेवण्याचे कचकड्याचे भांडे.]
संपलं?

काशीनाथ : ना...हो–(मानेने) अंहं.

मालू : मग आण ना काय आहे ते–

[जातो आणि तुटक्या चपलांचा एक जोड आणून ठेवतो.]

काशीनाथ : संपलं.

मालू : आणि तुझे कपडे?

काशीनाथ : आहेत. (स्वतःकडे पाहत) हे–आणि त्या बॅगेत–आणि लाँड्रीत–
जपून उघड ती –मोडलीय–

मालू : (बॅगेत पाहत) हे तुझे कपडे. ही बॅग वेळेवर का दुरुस्त करून
घेतली नाहीस? (बॅग चाचपू लागते. पुस्तके हाताळीत) आणि
या बखरी–

काशीनाथ : (जास्त घाईने) पुस्तकं–पुस्तकं आहेत ती–

मालू : मग नीट ठेवावीत. कव्हरावरच्या या आकडेमोडी, हे कुत्र्यामांजरांचे
चेहरे–पानं सुटली आहेत सगळी–आणि यात दाढीच्या ब्लेडी
रे कशाला? पुस्तकांची दाढी करायला? भलताच अव्यवस्थित
तू. आणि त्या कवीचं नाव सांगत होतास–बरं, कवी नसेल
तो–पण त्याचं नाव तर सांगत होतास? थापाड्या कुठला.

(ट्रंक बाजूला करीत) ही ट्रंक झाली. (बालडी पाहत) डाग लावून येईल ही उपयोगाला. (आरसा उचलते.) हा आरसा म्हणजे तावदान आहे तावदान! पलीकडचं पाहत दाढी करतोस का रे! कपबशी (पाहत) चालेल तात्पुरती–मोलकरणीला चहा द्यायला. रॉकेलची बाटली चालेल, शेगडी चालेल साफ केल्यावर. तांब्याचं पण तेच–(सगळं पाहून घेऊन) संपलं? (तो होकारार्थी मान हालवतो.) चल, एक कागद पेन्सिल आण–की नाही तुझ्यापाशी? (तो ट्रंकतून कागद काढतो. खिडकीजवळून पेन्सिल आणतो.) आता मी आपल्याला काय काय हवं त्याची यादी करते. तू बैस तिथं. (बसतो.) एक टेबल, दोन–की तीन? तीन खुर्च्या, एक स्टूल, एक टीपॉय... (यादी जोरात चालू. काशीनाथ बसून आहे. यादी करता करता) भलताच गबाळ्या माणूस तू! आणि वर थापाड्या! म्हणे सगळं माझंच! फुकट अडीचशे रुपये मिळवतोस! काय करतोस रे या अडीचशे रुपयांचं? मला पाहायला हवा एकदा हिशोब. (पुन्हा यादी चालू) तीन कोच, एक मोठं, दोन लहान–पण ती नंतर चालतील. (लिहीत) नं-त-र. आणि–आणि–दोन मोठ्या गाद्या. चार अभ्रे. तीन चादरी... (यादी थांबवून) मी भेटले नसते तर कधी तरी पुराणपुरुष म्हणून एखाद्या इतिहास-संशोधकानं उकरून काढलं असतं तुला, माहीत आहे? (पुन्हा यादी चालू.) तीन उश्या... दोन बालड्या, आठ मोठी पातेली, एक पिंप... (मग यादी संपवून) झाली यादी. (देत) बघ. एवढं कमीत कमी हवं क्रेडिट दिलं कुणी तर एकदम, नाही तर हप्त्याहप्त्यानं. हवे तर सेव्हिंगचे पंचवीस रुपयेही सध्या खरेदीलाच वापरू.

[तो यादी हातात धरून बसलेला.]

वाचलीस?

काशीनाथ : हो–(अस्पष्ट) नाही–

मालू : काटकसरीनं केली आहे की नाही? माझ्या आईनं शिकवलंय

मला. ती नेहमी म्हणायची, मुलीनं नवऱ्याचं उत्पन्न मापून खर्च बेतावा. लग्न झालं नसलं अद्याप, तरी नवरा झाल्यासारखाच आहेस तू माझा. होय की नाही? (तो मान हलवतो.) नवऱ्याची नाही, पण नंदीची आठवण करून देतोयस बघ! पाऊस पडेल की नाही? (मान हलवते.) औंदा पीकपाणी चांगलं येईल? (मान हलवते.)

काशीनाथ : एक-एक शंका आहे मला-

मालू : कशाबद्दल?

काशीनाथ : या-याबद्दल. (यादी दाखवतो.) हे सगळं (अडखळत) कुठून आणायचं?

मालू : बाजारातून!

काशीनाथ : पण-(थांबतो. दम एकवटतो.) मी खोटं बोललो.

मालू : (कमालीची दचकून) अं?

काशीनाथ : हो. खोटं बोललो. मी-मला-मला माहीत आहे की आता नक्की तू मला सोडून जाशील-आधीपासूनच माहीत आहे मला. ते तसंच व्हायचं. माझं नशीब वाईट आहे. (थांबतो.) अडीचशे रुपये मिळत नाहीत मला-रुपयेसुद्धा मिळत नाहीत एकेकदा-तसाच राहतो. कारखाना नाही, माणसं-तीसपस्तीस-नाहीत; घरीच बनवतो साबण. आम्ही-आम्ही, दोघं जण आहोत...दोघं जण. मी-आणि पार्टनर माझा. त्याच्या घरी बनवतो साबण. पार्टनरच्या. पण-पण साबण खपत नाही आमचा-थोडा खपतो-पण-नाहीच-पडून राहतो. मिळत नाही काही...मिळत नाही... [गप्प होतो. ती दगडासारखी उभी.]

मालू : (अखेर) अस्सं!

काशीनाथ : (फुटका सूर) पापी माणूस आहे मी. भयंकर वाईट आहे. फार-फार खोटं बोललो-फसवलं मी तुला! (कपाळावरून बाही फिरवतो केविलवाणा.)

मालू : काही उरलंय अजून?

काशीनाथ : नाही. जा तू. दुसरा कुणी जोडीदार पाहा. जास्त लायक, जास्त कर्तृत्ववान. चांगला. आणि सुखानं राहा. (तोंड लपवीत) विसर मला.

मालू : (जवळ जात) काशू–

काशीनाथ : (तसाच) आम्हांला संसार करण्याचा हक्क नाही. प्रेम करण्याचा पण नाही. धडपडीला किंमत नाही. साबण खपत नाही; आज दोन वर्षं झाली. कुणास ठाऊक कधी–(गदगदतो.)

मालू : (किंचित्कालाने अत्यंत मृदू सुरात) मी आता मुळीच कुठं जाणार नाही.

काशीनाथ : (चमकून) मालू–?

मालू : इथं राहणार. तुझ्याजवळ.

काशीनाथ : पण– पण मग जेवण, कपडे, सा-सामान–

मालू : चालेल नसलं तरी.

काशीनाथ : जेवण?

मालू : चालेल म्हटलं ना नसलं तरी. ही जागा नसली तरी चालेल. मी आता नोकरी पाहणार आहे कुठं मिळाली तर तू तुझा साबणाचा बिझिनेस व्यवस्थित वाढव. (बजावीत) काटदऱ्याला मोफत वड्या मुळीच द्यायच्या नाहीत, सांगून ठेवते! (पुन्हा) प्रयत्न करीत राहिलं तर केव्हा ना केव्हा फळ मिळतं माणसाला. देव काही झोपला नाही. निदान दोन वेळच्या जेवणाला खात्रीनं भ्रांत पडणार नाही आपल्याला. इंग्लंड, अमेरिका, काश्मीर पाहिलं नसलं तरी आयुष्यात एवढं पाह्यलंय मी! (थांबून निश्चयपूर्वक) आण ती यादी.

काशीनाथ : (धास्तावल्या सुरात) फाडू नकोस.

मालू : मग काय करायचं तिचं?

काशीनाथ : असू दे.

मालू : फाडणार मी. माझ्यातला चैनीपणा त्या रूपानं मी–

काशीनाथ : नाही देणार मी यादी. असू दे. (भरला गळा) आणू आपण एकेक तिच्यातलं.

मालू : कुठून? सांग ना? कोण देणार आहे आपल्याला इतकं सगळं?
[मागे वसंता आलेला.]

वसंता मला वाटतं मी देऊ शकेन!

काशीनाथ :
मालू : } अं

वसंता : मी– परमेश्वरी अवतार. देवदूत म्हणा वाटल्यास. एन्जल.

काशीनाथ : पण–पण तू–तुझी–

मालू : रात्रपाळी होती ना तुमची?

वसंता : हो.

काशीनाथ : आणि मग इतक्यातच–

वसंता : रात्र लवकर संपली आज.

काशीनाथ : वश्या, चेष्टा नको–

वसंता : कुठं कोण चेष्टा करतोय? आय ॲम सीरिअस.

काशीनाथ : मग तू–

वसंता : इथं कसा? सांगतो. काय आहे की हे बिल्डिंग तसं बरं आहे, पण भिंती पातळ. पातळ म्हणजे-आत बोललेलं बाहेर स्पष्ट ऐकू जातं.

काशीनाथ : वश्या–

वसंता : ऐक.

काशीनाथ : पण तू–

वसंता : ऐक सांगतो ना. मी जिना चढून वर आलो तर काटदरे दाराला कान लावून उभा. (काशीनाथला गप्प करीत) ऐक म्हणजे ऐक. तोंड उघडू नकोस. तर काटदरे उभा पाहून मीही उभा राहिलो.

काशीनाथ : छान म्हणजे काट्–

वसंता : ऐकणार आहेस की नाही? काटदऱ्याचं बावखड मी अच्चळ धरलं आणि विचारलं "काय हो? काय चाललंय?'' तशी जिरला न् काय!' 'काय नाय' 'काय नाय' करीत खाली पळाला. उरलो मी. मला आतही येता येईना आणि निघूनही जाता येईना. आत यावं तरी पंचाईत आणि निघून जावं तर दुसरं कुणी ऐकत उभं राहील ही काळजी! पेच पडला. उभा राह्यलो. बरं कानांना झाकणं नाहीत. भिंती पातळ, बोलत होतात ते सगळं नाइलाजानं–

काशीनाथ : (तापून) वश्या!

वसंता : (त्याच्याकडे एकदा पाहून, आधीच्याच सुरात) अखेर वहिनींनी फार महत्त्वाचा प्रश्न उपस्थित केला. म्हटलं उत्तर आहे आपल्यापाशी. आणि आलो आत.

मालू : (नापसंतीचा सूर) आत येताना परवानगी बिरवानगी विचारण्याचा शिष्टाचार–

वसंता : देवदूताला शिष्टाचार माफ असतात, वहिनी. पुराणं उघडून पाहा, बायबल पाहा–असा दिसतो म्हणून फसू नका तुम्ही. आज मी देवदूत आहे! पंखवाला!

काशीनाथ : पण रात्रपाळी तुझी–

वसंता : संपली.

काशीनाथ : पण अशी कशी–

वसंता : हे दुसरं काम निघालं ना, वेड्या, बातम्या खरडण्यापेक्षा हे जास्त महत्त्वाचं होतं. देवदूत होणं.

काशीनाथ : तू सरळ बोल बघ–

वसंता : सांगतो. सरळ सगळं सांगतो. सरळच तर आहे. (आठवण होऊन) पण आधी वहिनी...वहिनी, [खिशांतून नोटांचा जुडगा काढून हाती देत.] हे आधी ताब्यात घ्या. हे विष. तुकाराम

महाराजांनी याला विषच म्हटलं आहे. तीनशे रुपये. तुमच्या खरेदीची तरतूद. सगळी यादी खरेदी करा. काही एक बाकी ठेवू नका. बाय ऑल! अं? एव्हरीथिंग!

काशीनाथ : अरे पण–

वसंता : पाहता काय वहिनी, चोरलेले नाहीत, पळवलेले नाहीत, हाती छापलेले सुद्धा नाहीत, खरे आहेत.

काशीनाथ : पण हे तुला–मिळाले कुठून?

वसंता : गुप्त धनाचा संशय येतो तुला? नाही रे बाबा. गुप्त धन नव्हे ते.

काशीनाथ : मग–म्हणजे तू–

वसंता : रेस, आकडा, रमी, शब्दकोडं, यांतलं काही मी करीत नाही. आहे तुला माहीत!

काशीनाथ : (गर्जना करीत) वश्या!

वसंता : देवदूत म्हण, देवदूत! कोण वश्या? कुठला वश्या? आय ॲम ॲन एंजल. रिप्रेझेण्टेटिव ऑफ दि गॉड ऑल्मायटी! पैसे नीट ठेवलेत ना वहिनी?

मालू : पण हे आणलेत कुठून तुम्ही?

वसंता : आणले? इतकी माझी पत आहे म्हणता अद्याप? आणायला, देणार कोण मला? आणले नाहीत, मिळाले. हक्काचे आहेत ते–निढळाच्या घामाचे म्हणतात तसे. फ्रॉम द स्वेट ऑफ माय ब्राऊ–

मालू : सरळ सांगा ना. पगार झाला तुमचा?

वसंता : निअरर टु दि ट्रुथ बट नॉट दि ट्रुथ इटसेल्फ! नोटीस मिळाली मला.

काशीनाथ : (चमकून) वश्या!

वसंता : पाहतोस काय असा? प्लेगची गाठ नाही आली मला, नोटीस मिळाली! फक्त नोटीस. एक महिन्याची नोटीस. (खिशातून

कागद काढून) धिस ईज टु लेट यू नो दॅट युअर सर्व्हिसेस आर नॉट रिक्वायर्ड फ्रॉम... (पुटपुटतो) सो प्लीज नोट. युअर्स ट्रूली. (कागद लांब धरून न्याहाळत) फ्रेम करायला हवी. अप्पांच्या बी. ए. च्या सर्टिफिकेटची मिजास नको.

काशीनाथ : (कळवळून) वश्या.

तसंता : डोण्ट बी सॉरी, दोस्त. ये तो होता ही है. वहिनी, पैसे नीट धरा, खाली पडतील! उद्या सकाळी दोघं बाजारात जा. काय लागेल ते आणा. कमतरता पडता कामा नये. जागा सजली पाहिजे–भरली पाहिजे–

काशीनाथ : एवढेच मिळाले तुला?

वसंता : जास्त असते तर जवळ राखून ठेवले असते असं वाटतं तुला? एक महिन्याच्या नोटीसचा पगार दीडशे अधिक मागच्या पाच महिन्यांच्या थकलेल्या पगाराचं फुल अँड फायनल सेटलमेंट दीडशे, मिळून तीनशे.

मालू : आणि मग तुम्ही–

वसंता : माझं काय?

मालू : तुमचं कसं–

वसंता : नका वहिनी, असलं भलतंच विचारून मला घाबरवू नका. (आतल्या खोलीच्या दिशेने जाऊ लागलो.) माझं कसं व्हायचं ते मी कोण ठरवणार? मी कधी ठरवलंय? आणि कुणी कधी ठरवलंय! व्हायचं ते होईल. (वळून) मी काय म्हटलं तुम्हांला वहिनी? चिंतेची वेळ नव्हे ही. मी आज देवदूत आहे. तुम्हांला चिंतामुक्त करायला आलोय मी. आनंद करा. (पुन्हा वळून) ईश्वराचे आभार माना. (चालू लागतो.) सगळी त्याची कृपा. तो देतो, तोच घेतो. (हातातला नोटीसचा कागद टाकतो.) त्यानंच हा भाग्याचा दिवस आज आपल्याला दाखवला. (सुरात फरक)

तुमची गरज भागली. ती भागवल्याचं आगळं सुख मला
आकस्मिकपणे अनुभवता आलं.

[खोलीत निघून जातो.]

काशीनाथ : (त्याच्या मागोमाग दोन पावले जाऊन आवेगाने) वश्या–

[पडदा]

अंक तिसरा

[वसंताने दिलेल्या तीनशे रुपयांतून आणलेले मोजकेच, साधे आणि काहीसे जुने दिसणारे फर्निचर.

वसंता पत्ते मांडून पेशन्स खेळतो आहे. काशीनाथ फेऱ्या मारतो आहे. बेचैन.]

वसंता : (काही फेऱ्या मारू दिल्यावर, पत्ते मांडता मांडता थांबून) यायचाय का तुला?

काशीनाथ : नाही.

वसंता : पण अशा फेऱ्या मारून–

काशीनाथ : ना–ही. नाही म्हणजे नाही. डोकं उठवू नकोस माझं.

वसंता : नाही उठवीत. (पत्त्यांत गुंततो). बदाम, सत्त्या–सत्त्या–राजा–दश्श्या–

काशीनाथ : (दरडावून) पुरे!

वसंता : (हळू आवाजात) हा दश्श्या–सिक्वेन्स लागला. आता राणी–राणी...

काशीनाथ : (कावून) पुरे म्हटलं ना!

वसंता (पुटपुटू लागतो.)

काशीनाथ : बस्स! (वसंता ओठ मिटून पाने मांडू लागतो.) बंद कर ते खेळणं.

वसंता : काय म्हणून?

काशीनाथ : ही वेळ नव्हे.

वसंता : मग कुठली वेळ?

काशीनाथ : तापवू नकोस मला!

वसंता : तू आधीच तापला आहेस. आता फक्त उकळायचाच बाकी आहेस.

काशीनाथ : वश्या!

वसंता : खरं तेच–

काशीनाथ : नको बोलूस.

वसंता : तर काय मी खोटं–

काशीनाथ : नो! गप्प राहा!

[वसंता पुन्हा पेशन्स खेळू लागतो निमूटपणे. काशीनाथ फेऱ्या घालतो आहे.]

वसंता : (न राहवून) पाय दुखले नाहीत का तुझे?

काशीनाथ : नाही.

वसंता : माझे दुखले.

काशीनाथ : बरं.

वसंता : (दोन पत्ते मांडून थांबत) पण कसला विचार करतो आहेस एवढा?

काशीनाथ : कर्माचा.

वसंता : त्यात विचार करण्यासारखं काय आहे?

काशीनाथ : (पुन्हा कावत) तुझ्यासारख्या बुद्दूला काही नाही.

वसंता : तर मग तू–

काशीनाथ : मी बुद्दू नव्हे. कळलं?

वसंता : तेच वाईट आहे. संकटाच्या वेळी माणसानं बुद्दूच असलं पाहिजे. विचार कसला करायचा? आकाशातली कुऱ्हाड–ती कोसळायची तेव्हाच आणि तशीच कोसळायची. विचार करून–

काशीनाथ : विद्वत्ता पुरे!

वसंता : (पत्ते मांडीत) याला अनुभव म्हणतात.

काशीनाथ : तोही पुरे. भरपूर अनुभव झाला. प्रेम केलं, थापा मारल्या, लग्न लावलं, संसार केला. साबणाचा धंदा केला, आयुष्य फुकट घालवलं. आता उद्या सकाळी जागा जाईल. आणि अब्रूही गेलीच आहे बरीचशी!

वसंता : तरी अद्याप किराणामालवाला द्यायचाच आहे.

काशीनाथ : थट्टा वाटते आहे तुला!

वसंता : कुठे? नाही. थट्टा कसली. काय म्हणत होता बिल? बाहत्तर रुपये चौदा आणे आणि काही तरी पै. चार महिन्यांचं. (पत्ते मांडीत एकीकडे) 'बापाचं दुकान आहे काय तुमच्या?' असं विचारीत होता. मी म्हटलं, सध्याचे दिवस विश्वबंधुत्वाचे आहेत. त्या अर्थानं तुम्ही आमचे बंधूच. तात्पर्य दुकान आमच्या–

काशीनाथ : पाणचटपणा पुरे कर!

वसंता : (पत्त्यात गुंततो.) किल्वर नव्वी...(काशीनाथकडे पाहून हळू आवाजात) अठ्ठ्या, सत्त्या, छक्का, पंजा...पंजा...एक्का...

[मालू बाहेरच्या व्हरांड्याच्या दाराने येऊन आत जाऊ लागते. ओढलेली आणि गंभीर.]

(तिच्या दिशेने जात.) वहिनी.

मालू : (थबकून अनिच्छेने) काय?

वसंता : तुम्ही तरी खेळायला या–

मालू : काय?

वसंता : काहीही, रमी येते तुम्हांला?

मालू : नाही.

वसंता : मग गद्धा गाढव? झब्बू? पाच तीन दोन? (काशीनाथला) येतोस काय रे? पाच तीन–

काशीनाथ : (ओरडून) शटप्!

वसंता : मग झब्बूच. पाच तीन दोनला तीन माणसं लागतात आणि गद्धा गाढवला... एक गाढव. (चोरून काशीनाथकडे पाहतो. आपल्या जागेकडे जातो.)

मालू : खेळावंसं वाटतच नाही मला.

वसंता : (वळून) खेळायला बसा म्हणजे वाटेल.

मालू : अंहं. नको.

वसंता : असं नका करू. पेशन्स खेळून मी कंटाळलो. गेले अडीच

तास-

काशीनाथ : मी गेली दोन वर्षं पेशन्स खेळतो आहे. दोन वर्षं! पेशन्स! बस्स, वाट पाहणं. वाट पाहणं. काही तरी होईल म्हणून. कुठून तरी येईल म्हणून. काही होत नाही, येत नाही. आहे तसं आहे सगळं. साचलेलं. तुंबलेलं कुजलेलं. आता शेवट आलाय! क्लायमॅक्स! उद्याची सकाळ...

वसंता : तू स्टेजवरच जायला हवं होतंस. क्षेत्र चुकलास तू. रंगभूमी हे तुझं क्षेत्र होतं. नट व्हायला हवं होतंस. हॅम्लेट, आणि अथेल्लो, आणि–

काशीनाथ : पुरे.

वसंता : माझ्या घटनात्मक हक्कावर तू चक्क आक्रमण करतो आहेस पुन्हा पुन्हा. मनाला वाटेल ते बोलणं हा माझा–

काशीनाथ : (ओरडतो) पु–रे!

वसंता : (त्याचा नाद सोडून मालूला) मग वहिनी–
[ती आत जाऊ लागते.] वहिनी

काशीनाथ : काय म्हणतो कोळसेवाला?

मालू : (थांबून) आणखी काय, मागचं बिल...

काशीनाथ : मग काय बुडवतो आम्ही?

मालू : पण ते त्याला पटायला हवं ना?

काशीनाथ : तू का नाही पटवलंस? माझ्याबद्दल विश्वास नाही तुला?

मालू : पण–

काशीनाथ : विश्वास नाही? सांग–

वसंता : ए वेड्या, तुझ्याबद्दल विश्वास नसता तर लग्न कशाला केलं असतं त्यांनी तुझ्याशी? कशाच्या जोरावर सध्याचे हाल सोसतायत त्या?

काशीनाथ : शहाणपणा शिकवू नकोस मला–

वसंता : सगळ्या जगाला शहाणपणा शिकवायची सनद आहे मला.

पत्रकार आहे मी. माजी पत्रकार.

काशीनाथ : (उग्रट तुच्छतेने) पत्ते खेळ!

वसंता : बरी आठवण केलीस. मग वहिनी–

मालू : खेळा तुम्हीच. [आत जाते. काही वेळ काशीनाथच्या पुन्हा फेऱ्या. वसंता पेशन्समध्ये लक्ष गुंतवून बसतो.]

वसंता : (अखेर) बसून नाहीच का विचार करता येणार तुला?

काशीनाथ : मी हवा तर निजून करीन!

वसंता : चालेल. पण फेऱ्या–

काशीनाथ : तुझं काय जातं?

वसंता : जाण्याचा प्रश्न नाही रे. होतं. थकायला.

काशीनाथ : तुला?

वसंता : हो. मित्र आहे मी तुझा. विसरलास?

काशीनाथ : (बसत) सगळं ध्यानात आहे माझ्या. सगळं. जागेची नोटीस, देणेकऱ्यांची बिलं, साबणाच्या धंद्याचा मूर्खपणा, प्रेम करण्याचा गा–

वसंता : लागलं वाटायला?

काशीनाथ : नाही. पण वाटलं तर काय चुकलं? कशाला केलं मी लग्न? कसला हा संसार? कुठलं सुख मिळालं मला? कुठलं सुख मी तिला दिलं? काय आहे घरात?

वसंता : हे एवढं फर्निचर आहे; आपण आहोत–

काशीनाथ : (निष्पाप उद्वेगाने) काय जाळायचंय आपल्याला?

वसंता : काय भयंकर बोलतोयस तू आज! त्यापेक्षा पत्ते खेळायला ये–

काशीनाथ : हॅंड्!

वसंता : नाही पटायचं तुला. तू कर विचार. (पेशन्स खेळू लागतो.) जगातल्या सगळ्या महापुरुषांनी संकटकाळी खेळात मन रमवलेलं आहे. तो नीरो तर टेकडीवर जाऊन फिड्ल वाजवीत बसला होता. नेपोलियन–

काशीनाथ : मी नेपोलियन नाही.

वसंता : म्हणून परिस्थिती बदलत नाही. संकटात तर आहेस ना? (पाने मांडत) बदाम पंजा...पंजा...हा . दुर्‍या, तिर्‍या, चौक आणि आता हा पंजा. एक्का... एक्का...

काशीनाथ : (शोधाशोध करून) दाढी करायला चांगलीशी ब्लेड नाही घरात. ब्रश आहे, पण त्याला केस नाहीत. साबण नाही–

वसंता : काय बिघडलं? टॉल्स्टॉयचा आदर्श ठेव. बर्नार्ड शॉकडे पाहा. आपले पैसाफंडवाले काळे–

काशीनाथ : मलाच फंड काढायची पाळी आली आहे.

वसंता : देणार नाही कुणी. आपलं सर्वांचंच क्रेडिट संपलंय. पैसे मागून सगळी माणसं तुटली आहेत. माझे तर सगळे मित्र मी दिसलो की जवळच्या गल्लीचा आश्रय घेतात. मला वाटतं असं करावं. ब्लेड नाहीच, साबण नाही. ब्रश नाही. तेव्हा दाढ्या वाढवाव्यात. लांबलचक. म्हणजे देणेकरी ओळखणार नाहीत. आणि माझे तीर्थरूप म्हणून मी पुन्हा एकवार माझ्या सगळ्या मित्रांकडे दाढी कुरवाळीत उसनवारी करू शकेन.

काशीनाथ : मूख आहेस.

वसंता : चेष्टा नाही, सीरिअसली. (तो लक्ष देत नाही असे पाहून) चौकट अठ्ठ्या...अठ्ठ्या... दॅट्स इट्! हा नव्व्या लागला. हा दश्शा, गुलाम, राणी... भराभर पानं लागतायत. नशीब जोरावर आहे.

काशीनाथ : मग पैसे आण!

वसंता : पैसे! होते ते दिले. मिळाले तेवढे उसने आणून दिले. आता नशीब किती जोरावर असलं तरी फक्त पत्त्याची पानंच भराभर लागतील. पैशाचं नाव काढू नकोस.

काशीनाथ : मग काही तरी कर.

वसंता : खेळतोय तर खरा.

काशीनाथ : वश्या, तुला चेष्टा वाटते. गळ्यापर्यंत आलंय सगळं!

वसंता : मग चेष्टा वाटेल कशी?

काशीनाथ : तू पत्ते खेळतोयस!

वसंता : पेशन्सचा डाव.

काशीनाथ : तोच.

वसंता : गळ्यापर्यंत आलंय ते एक डोक्यापर्यंत चढेल किंवा पायापर्यंत उतरेल, यांतलं काही तरी एक होईल म्हणून वाट पाहातोय मी. आणखी काय करू? काय करण्यासारखं उरलंय?

काशीनाथ : माणसानं धडपड केली पाहिजे. ती सोडता कामा नये.

वसंता : जिरलेल्या माणसानं आपली जिरल्याची स्वच्छ कबुली वेळी द्यावी हे बरं. धडपड कसली? कुठं करायची, कशासाठी करायची?

काशीनाथ : जगण्यासाठी!

वसंता : मग अजून मरणापर्यंत पाळी आलेली नाही.

काशीनाथ : बेअब्रू, मानभंग–मरण आणखी काय वेगळं असेल?

वसंता : फार वेगळं असतं. तू म्हणतोस असली चिल्लर मरणं मी हजारदा मेलो आहे बघ. बेअब्रू आणि मानभंग. असल्या मरणांनी प्राण जात नाही.

काशीनाथ : जगायची इच्छाच आता संपली आहे.

वसंता : मग धडपडतोस कशाला? माणसानं धडपड सोडता कामा नये म्हणून वर मलाच बजावतोस!

काशीनाथ : तिच्यासाठी...तिच्यासाठी जगतोय मी. तिच्यासाठी जगावंसं वाटतंय.

वसंता : मग खेळायला ये. चार डाव टाकू रमीचे. तेवढंच बरं वाटेल. रिफ्रेश्ड्. मला नेहमीच वाटतं.

काशीनाथ : आणि उद्याच्या सकाळचं काय?

वसंता : उद्याला त्याची काळजी.

काशीनाथ : अंत:करण नाही तुला वश्या–जबाबदारीची जाणीव नाही.

वसंता : जबाबदारीच नाही. कलंदर म्हणतात तो मी. ट्रॅम्प. भटक्या. घर नाही, दार नाही, संसार नाही, गणगोत नाहीत–एकटा. मी एकटा. जबाबदारीची जाणीव मी का ठेवायची? कशाबद्दल?

काशीनाथ : मी रस्त्यावर आलेलं तुला चालेल?

वसंता : नाही चालणार. कसं चालेल? आपण तिघांनी हा संसार मांडला. आपण सजवला, वाढवला. इथं दिवस व्यतीत केले. निदान तू आणि वहिनींनी तरी या घराच्या निवाऱ्याला वर्षानुवर्षं राहावं अशी इच्छा होती माझी. (स्तब्ध). अद्याप आहे.

काशीनाथ : काही तरी करायला हवं.

वसंता : काय करायचं राह्यलंय?

काशीनाथ : आपलं नशीब इतकं खराब आहे?

वसंता : यात प्रश्न कुठं येतो?

काशीनाथ : कुठूनही आपल्याला दोनअडीचशे रुपये मिळू शकणार नाहीत, वश्या? दीड-दोनशे?

वसंता : दीड-दोन रुपयांवर ये. तोंडच्या हिशेबांची सवय अजून जात नाही तुझी.

[मालू दोन कप चहा घेऊन आली आहे.]

काशीनाथ : (तिला दाराशी पाहून) काय?

मालू : चहा–

काशीनाथ : दूध कुठलं?

मालू : आणलं होतं थोडंसं.

काशीनाथ : कुठून? दुधाला पैसे कुठले?

मालू : विकत नव्हे. उसनं आणलं होतं.

काशीनाथ : कुणाकडून?

मालू : (घुटमळून) काटदऱ्यांकडून.

काशीनाथ : (खवळून) काटदऱ्याकडून! का गेलीस पुन्हा त्याच्याकडे?

नतद्रष्ट माणूस आहे तो काटदऱ्या. दुसऱ्याचं वाईट झालेलं त्याला आवडतं. आता चारचौघांत जास्त सांगत फिरेल तो माझ्यावर उपकार केल्याचं. नसता चहा तरी चालला असता. राह्यलो असतो मी तसाच!

मालू	: आणि माझं? माझं काय?
काशीनाथ	· तुझं काय? नाही भागत चहाशिवाय?
मालू	: नाही. जन्माची सवय आहे ती. अशी कशी जाईल? त्रास होतो मला. अन्न नसलं तरी चालेल, पण चहा हवा मला.
काशीनाथ	: तर मग माग भीक!
वसंता	: (खेळता खेळता) सांगायला काही वाटतं का रे तुला?
काशीनाथ	: कट केलाय तुम्ही दोघांनी माझ्याविरुद्ध.
वसंता	: अस्सं. कट करून काय मिळणार आहे आम्हांला तुझ्याकडून?
काशीनाथ	: (चिडचिडून) बदमाश आहात तुम्ही दोघं!
वसंता	: (पत्ते बाजूला फेकून) डोकं ठिकाणावर आहे का तुझं?
काशीनाथ	: (खचत) पळून जावंसं वाटतंय मला. कुठे तरी लपावंसं वाटतंय–
वसंता	: वाटेल नाही तर? गेला आठवडाभर विचार करून डोकं पिकवून घेतोयस तू. विचार–विचार–विचार. सारखा विचार. दिवसा हा असा बसतोस; रात्री झोपत नाहीस. आपल्या हातून जास्त काही होणार नाही, आणि होण्यासारखं होतं ते करून संपलं आहे किंवा करायचं नाही हे सारं माहीत असताना त्रास करून घेतोयस तू. छळून घेतोयस स्वतःला. फिरायला येत नाहीस, जेवायला बसत नाहीस, झोपत नाहीस, पत्त्यांचे दोनचार डाव टाकायलादेखील नाही म्हणतोस!
काशीनाथ	: काही सांगू नकोस मला.
वसंता	: चहा घे तो.
काशीनाथ	: नको.
मालू	: (कप पुढे करीत) मी सांगते म्हणून हा घे...

काशीनाथ : नको मला.

मालू : (तो कप टेबलावर ठेवीत) ठीक आहे. तर मग मीही घेणार नाही.

काशीनाथ : मला चिडवू नकोस!

मालू : (विषण्णपणे) बळ कुठं उरलंय माझ्यात?

काशीनाथ : (तिची स्थिती पाहून वरमत) तू पण घे.

मालू : मग तू घे हा. (तो घेतो. दुसरा कप ती वसंताकडे देते.) घ्या, वसंतराव–

वसंता : (घेत, पीत) वा! चांगला झालाय. काटदऱ्याकडल्या दुधाला टेस्ट आहे. (काशीनाथला) कसा झालाय रे?

काशीनाथ : रुची गेली माझ्या जिभेची.

वसंता : (तत्पतेने) वेलदोडे खा–असला तर, रुची येईल. (चहा संपवून) अहा. बरं वाटलं. पोट भरल्यासारखं. चहा हे उत्तेजक पेय असून त्यानं भूक मंदावते हे सगळं अशा वेळी पटतं. (पत्ते उचलून) पेशन्स! पेशन्स, अन् पेशन्स! धीर धर; माझ्या मुला, धीर धर! (पत्ते मांडीत) बदाम सत्त्या, किल्वर दश्शा, चौकट पंजा–

[मालू कपबश्या उचलून आत जाऊ लागते.]

काशीनाथ : कुठं जातेस?

मालू : आत.

काशीनाथ : कशाला?

मालू : (काहीशा नवलाने, कपबश्या दाखवीत) या धुवायला.

काशीनाथ : लवकर इकडे ये.

मालू : कशाला?

काशीनाथ : बसायला इथं. धीर वाटतो मला.

मालू : (मृदू स्वर) येते हं. (आत जाते.)

काशीनाथ : (अर्धवट स्वतःशीच) उद्या सकाळी ही जागा जाणार. हे छप्पर,

या भिंती, ही जमीन, निवारा...जाणार! दारावरची पाटी जाणार. आणि फक्त जागेतून हकालपट्टीची पिवळी नोटीस राहणार! काशीनाथ नारायण उपाध्ये, बी. एस्सी. आऊट. गेले.–जागा सोडून. जागेतून हाकललं त्यांना सरकारनं. सहा महिन्यांचं भाडं थकल्याबद्दल. त्यांच्याबरोबर त्यांच्या आशा, आकांक्षा, अपेक्षा, निश्चय, स्वप्नं, सगळं गेलं. काशीनाथ नारायण उपाध्ये निराश्रित झाले! बेकार आणि कंगाल. काशीनाथ नारायण उपाध्ये निर्वासित झाले!

वसंता : निर्वासितपेक्षा शरणार्थी असा एक चांगला शब्द अलीकडे मराठीत वापरला जातो.

काशीनाथ : (संतापून) आणखी नाही काही वापरलं जात?

वसंता : माहीत नाही. लाइन सोडल्याला झाले की आता आठ महिने. काँटॅक्ट उरला नाही. वाचायलासुद्धा अलीकडे वर्तमानपत्र मिळत नाही. निरक्षर होतोय मी दिवसेंदिवस–(आंगठा न्याहाळत राहतो.)

काशीनाथ : दीडशे रुपये–दीडशे रुपयांना तीन धडधाकट, सुशिक्षित, निरुपद्रवी माणसं महाग होतात. दीडशे रुपयांसाठी एक उमलता संसार बरबाद होणार. धातूच्या दीडशे नक्षीदार चकत्यांअभावी तीन आयुष्यांचं कायमचं वाटोळं होणार! कायमचं! सव्वाशे मिळाले तरी तात्पुरतं काम भागेल. जागा टिकेल. देणेकऱ्यांनाही तात्पुरतं काही...

वसंता : उपाशी माणूस अन्नाच्या एका कणासाठीच हपापलेला असतो. प्रत्यक्षात मात्र तो दुप्पट जेवील. मला विचारशील तर दीडशेच काय, अडीचशे सुद्धा पुरणार नाहीत आपल्याला. एक महिनाभर जेमतेम सर्वांची तोंडं बंद केली तर पुन्हा पुढच्या महिन्याचं काय?

काशीनाथ : तोपर्यंत होईल काही तरी.

वसंता : मग ते आत्ताच का होत नाही?

काशीनाथ : नोकरी लागेल आपल्यापैकी कुणाला तरी–

वसंता : मग ती अद्याप का लागत नाही?

काशीनाथ : मालूनं आजच दोन नवीन अर्ज केलेयत–

वसंता : उत्तरं न येण्यासाठी. हं:! माझेच सत्तेचाळीस झाले.

काशीनाथ : दैव–दैव नसेल सध्या जोरावर–

वसंता : आणि पुढल्या महिन्याला काय ते शक्तिवर्धक पाक खाऊन जोर करणार आहे? आज सतत दोन वर्षं तुझं दैव वारा खात आहे. एवढ्यात नाही त्याला कधी जोर करावासा वाटला? का नाही खपला तुझा साबण? का फसवलं तुला पार्टनरनं? का माझा पगार थकला? का बुडाला? का नोकरी सुटली? आणि आपल्यापैकी कुणालाच अद्याप का काही पगारी काम मिळू शकत नाही? मला विचारशील तर जन्मत:च दुबळ्या पोरासारखं आहे आपलं दैव. त्यात जोरच नाही. ते नेहमीच हवा खाणार. त्याचा विचार आपण सोडावा हे उत्तम. म्हणून म्हणतो, पत्ते खेळायला–

काशीनाथ : (कोंडीची विदारक कल्पना पुन्हा एकवार येऊन) नो! फाडून टाक पत्ते. जाळून टाक! जगातल्या सगळ्या गोष्टींवरचा विश्वास उडू लागला आहे आता. सरळ माणसांचं जग नाही, वश्या. कष्ट करील तो उपाशीच मरणार. बेजबाबदारांना निवारा आणि खुशीनं जबाबदारी उचलणाऱ्याला रस्ता दाखवतं हे जग! जग वाईट आहे!

वसंता : छट्. जग वाईट नाही.

काशीनाथ : तर मग कोण वाईट आहे? काय झालंय तरी काय सगळ्याला?

वसंता : तेच तर नक्की कळत नाही. आणि शोधून काढून तरी काय फायदा? जगाला थोडंच आपण सुधारणार आहोत? जगाच्या कारभारातली चूक काय आपण दुरुस्त करणार आहोत? आपण

दोघं? आपल्याला स्वत:चा कारभार नाही नीट चालवता येत, स्वत: हजारदा चुकतो आपण, मूर्खपणा करतो. आणि जगाचा कारभार कसला आपण कपाळाचा सुधारणार?

काशीनाथ : मग काय करायचं?

वसंता : पत्ते खेळायचे. रमी, गद्धा गाढव, पाच तीन दोन, लॅडिस, भिकार सावकार, नॉट अॅट होम. (दाखवीत) पत्ते! चल, ये– (त्याला ओढून बसवीत) बैस असा, (नीट बसवीत) बैस. (काशीनाथ विमनस्कपणे बसून राहतो. त्याला, स्वत: समोर बसून, पत्ते उचलून न्याहाळत) अंहं. लग्नात होमापुढं बसल्यासारखा केविलवाणा बसू नकोस असा. पत्ते खेळणार आपण. फक्त पत्ते. काय खेळू या? रमी? गद्धा गाढव? पाच तीन–पण ते नाही जमणार दोघांत. भिकार सावकार? (त्याचा चेहरा पाहून) बरं बरं–नको. पत्त्यांत सुद्धा भिकारी व्हायला आवडत नाही तुला! झब्बू खेळू आपण. (पाने पिसतो.) काट. (तो बसून राहतो.) पानं काट. (स्वत:च गडबडीने काटून) हूं. तुझ्या वाटणीची मी काटली. (पाने वाटीत) पाच... पाच... पाच... बघ आता टेन्शन कमी होऊ लागेल. डोक्यावरचं! लाव पानं घे-हातात घे! बरं वाटेल आता. (त्याची पाने त्याच्या हातात देतो. गाणे गुणगुणत आपली पाने उचलतो. मागे मालू आलेली. हूं. (चेहऱ्यावर मनस्वी आनंद दर्शवितो प्रथम, पाने पाहून मग चूक लक्षात येऊन लांब मुद्रेने) फारशी बरी पानं नाहीत माझ्याकडे. जड जड फार आहेत. फार म्हणजे सगळीच नव्हेत; काही तुझ्याकडे असतील. पण अखेर झब्बू मीच होणार! नक्की! (नाटकी उसासा, त्याला बरे वाटावे म्हणून. मग त्याला) हं. उतर पान. (तो केविलवाणा बसलेला आपल्याच विचारात.) ए–शुत्! पान उतर ना. पत्ते खेळतो आहोत आपण! झब्बू. (तो पान उतरतो. दॅट्स् इट! (आपली

पाने पाहून वरमतो. अस्वस्थ होतो. एकदा हातातली पाने पाहतो. मग काश्याचा चेहरा पाहतो. पुन्हा खाली टाकलेले पान पाहतो. जोरजोराने विचार करतो, काय करावे याचा. काशीनाथ विमनस्कपणे जास्तच केविलवाणा बसलेला. मग वसंता उजळून) गंमत होते बाकी मोठी काही काही वेळा या डावात. नेम नसतो कसलाच! (डोके खाजवीत) म्हणजे पहिल्या पानालाच-रंग-रंग कटाप-(चेहरा मावळतो. आपली पाने पाहतो, काश्याला पाहतो, मग नाइलाजाने पान टाकत) हा-म्हणजे झब्बू-पण अखेर झब्बू मीच होणार-नक्की. (दोघे स्तब्ध. मग हळुवारपणे) हं. उचल-पान उचल ना-

काशीनाथ : (विमनस्कपणे) का?

वसंता : का म्हणजे-आपलं-झब्बू दिला मी-हलकाच-

काशीनाथ : (क्षणभर पाने पाहतो खालची. वश्याकडे पाहतो. सगळा संताप उसळून येतो. त्वेषाने पाने फेकीत) बदमाश आहेत सारे! बदमाश आहे नशीब! (उठतो, त्वेषानेच दुसऱ्या बाजूला जातो.)

वसंता : अरे पण-

काशीनाथ : खेळ मांडावा तिथं पहिल्या पानापासून झब्बू खायची वेळ! काय गुन्हा केला आहे मी कुणाचा? काय पाप केलं आहे? (वसंताला) तू-तूसुद्धा त्यांनाच सामील!

वसंता : अरे पण-मी-

मालू : (न राहवून) किती पोरकटपणा कराल, वसंतराव?

वसंता : (तिला) पण वहिनी-मी-आता रंग कटाप झाला सुरुवातीलाच माझ्याकडे, त्याला मी-म्हणजे माझा हेतू थोडाच होता?

मालू : कालपासून, एकसारखे पत्ते खेळत बसला आहा तुम्ही!

वसंता : (तिच्या रोख समजून बदललेल्या, गंभीर सुरात) मी? हो.

मालू : परिस्थितीपासून पळताहा तुम्ही.

वसंता : असेल, पत्तेच काय, बुडकुली, बाव्हल्या, चेंडू, गोट्या, यांतलं

काही मिळालं तर त्यानंसुद्धा खेळेन मी या वेळी. खुळखुळासुद्धा चालेल मला.

मालू : पुरुषासारख्या पुरुषानं असं परिस्थितीला पाठ दाखवणं शूरपणाचं नव्हे.

वसंता : (मान्य करीत) नाहीच.

मालू : परिस्थितीला तोंड दिलं पाहिजे तुम्ही.

वसंता : म्हणजे काय करायचं, वहिनी? संदेश दिलात तुम्ही. स्वातंत्र्यदिनानिमित्त ठीक आहे हा. काय करू ते रोखठोक सांगा मला.

मालू : प्रयत्न केले पाहिजेत माणसानं.

वसंता : कसले?

मालू : मार्ग काढण्याचे. आणखी कसले?

वसंता : सगळ्या मार्गावर "रस्ता बंद" चे लालभडक बोर्ड लावले आहेत दैवानं वहिनी, पाहिले नाहीत तुम्ही?

मालू : अद्याप वाङ्मय सुचतं तुम्हांला!

वसंता : (किंचित स्तब्ध. मग हसत) नाही तरी यानंच नव्हतं का सांगितलं तुम्हांला, की मी कवी आहे म्हणून... कवी! (हसतो मोठ्यांदा.) कवी!

मालू : (तळमळीने) काही तरी करायला हवं आपण, वसंतराव. असंच बसून कसं चालेल? शेवटच्या क्षणापर्यंत–

वसंता : येत नाही तो शेवटचा क्षण. त्याचीच वाट पाहतो आहे मी. शेवटच्या क्षणापर्यंत धडपडत करायची म्हणता ना? आता आणखी कसली धडपड करायची? कुठं धडपडायचं? काय करायचं? पाय तुटेपर्यंत हिंडून आणि एम्प्लॉयमेंट एक्श्चेंजच्या दाराशी रांगा लावून आपल्यापैकी कुणाला नोकरी मिळत नाही. काशीनाथचा साबणाचा धंदा चालत नाही. उसनवारी करकरून सर्वांचं क्रेडिट संपलं आहे. तुम्हीसुद्धा तुमच्या दूर-दूरच्या

मैत्रिणींकडे हात पसरलेत, उसनवारी केलीत. तुमचे मोजकेच दागिने मोडून मोकळ्या झालात. आता आणखी काय करायचं राह्यलंय? आणि अद्याप तो तुमचा शेवटचा क्षण येत नाही! येतच नाही! मी म्हणतो, तो येऊ दे, वहिनी. लवकर येऊ दे. एकदाचा येऊन जाऊ दे–

काशीनाथ : नाही तरी तो आला तर तुझं काय जाणार आहे?

वसंता : नाही ना? काहीच नाही. काय जाणार माझं? म्हण-असं म्हण. असं तू म्हटलंस तर धीर येईल मला. खरंच काही जाणार नाही असं वाटेल. काय आहे तर जाईल? काय आहे माझं इथं, काय आहे जगात? काही नाही.

मालू : तसं नव्हे, वसंतराव–

वसंता : ते तसंच वहिनी.

मालू : आहे हे सगळं तुमचंच–

वसंता : छे छे. ते तुमचं आहे.

मालू : पण पैसे–

वसंता : ईश्वरानं पाठवले होते. मीच देवदूत झालो होतो तेव्हा. हमखास बुडणार असलेल्या पगाराच्या साडेसातशेतले तीनशे रुपये एकदम मिळाले मला, अर्थात ते माझे नव्हते. आणि त्याच वेळी तुम्हांला तेवढे पैसे हवे होते; म्हणून ते तुम्हांला मिळाले. ते तुमचे होते. माझं त्यात काही नव्हतं. माझं काही इथं असलंच तर ते फक्त तुम्हांला माझ्याविषयी काही वाटत असेल, तेवढंच. ते तेवढं माझं आहे.

काशीनाथ : (दूर जात) तू वाट पाहा अखेरच्या क्षणाची.

[वसंता पत्ते गोळा करतो, उलटून फिरवतो, मांडू लागतो एकेक.]

मालू : जरा बैस, काशू.

काशीनाथ : तू नकोस सांगायला ते.

मालू	: असा अकारण त्रास–
काशीनाथ	: अकारण? तूही आलीस त्याच्या रांकेला! मी काय मुद्दाम विचार करतो आहे? त्रास काय मी हौसेनं करून घेतो आहे असं तुम्हांला वाटतं? मला राहवत नाही. स्वस्थ बसवत नाही. कशात मन रमत नाही. बेचैन वाटतं आहे. अशान्त वाटतं आहे. डोकं भरकटतं आहे. जिवाला काढण्या लागल्या आहेत. असं वाटतंय...असं वाटतंय की–
मालू	: (मृदू स्वरात) काय वाटतं?
काशीनाथ	: (खचत, दुबळा होत) तेच कळत नाही. उद्या सकाळी सगळं जाणार! जाणार, मालू–हे आपलं घरटं जाणार! निवारा जाणार! काश्या उपाध्येचा दरिद्री, तुटपुंजा संसार उघड्यावर येणार! काश्या उपाध्येची निष्पाप, तरुण बायको रस्त्यावर येणार! काश्या उपाध्येचं प्रेम, महत्त्वाकांक्षा, बेत, स्वप्नं, सगळं धुळीत मिळणार–पायदळी तुडवलं जाणार–(कपाळ धरतो दाबून.)
मालू	: (त्याला बसवीत) बैस असा इथं. काही तरी मार्ग निघेल यातून.
काशीनाथ	: नाही, मालू–नाही–
मालू	: असा धीर सोडू नकोस तू. वाटलं तर मी–मी मामांकडे जाते– त्यांच्याकडून काही–
काशीनाथ	: (आवेगाने उभा राहून) मालू!
मालू	: प्रयत्न करायलाच हवा काही तरी–
काशीनाथ	: फार सोसते आहेस तू, मालू, किती तरी सोसलं आहेस. लहानपणापासून आजपर्यंत. दारिद्र्य, अपमान, निराशा, काबाडकष्ट...मला संपवायचं होतं हे. आणि मीच यात भर घातली!
मालू	: नाही रे–
काशीनाथ	: लग्न करतानाच ही कल्पना असती, तर–तर मी–

मालू : लग्न केलं नसतंस माझ्याशी? तरीही माझी मानखंडना झालीच असती. काबाडकष्ट करावेच लागले असते. निराशाही टळली नसती. मामांना निक्षून सांगून आले होते मी तुझ्याबद्दल. घर सोडलं मी लग्नाच्या मुद्द्यावर. आणि तू नाही म्हटलं असतंस, तर पुन्हा मी कशी गेले असते परत त्यांच्याकडे? काय सांगितलं असतं त्यांना? कसं वागवलं असतं मला त्यांनी?

काशीनाथ : पण मग–हे–हे मला सहन नाही. मीसुद्धा तुझ्यावर चिडतो. तुझा अपमान करतो. मी!

मालू : (साधेपणाने) मला तरी तो जाणवत नाही.

काशीनाथ : तो तुझा मोठेपणा आहे, मालू–तो–तुझा–

मालू : मी एक अगदी सामान्य मुलगी आहे. माझ्यात मोठेपणा असणार कुठून?

काशीनाथ : आहे–

मालू : बरं, आहे. निदान तुलाच तो जाणवतो.

वसंता : (पाहत) मलाही अधून मधून...(पत्त्यात पाहतो. पान लावतो.) वहिनींचा खरोखर हेवा वाटतो मला काही काही वेळा.

मालू : आणि मला तुमचा वाटतो.

वसंता : हाही मोठेपणाच–तुमचा. (खेळत राहतो.) ही इस्पिकची राणी... राणी... राजा...(खेळत) राजगोपालाचारी एकदा पत्रकारांना असंच म्हणाले होते. मला तुमचा हेवा वाटतो! कशाबद्दल? अपुऱ्या पगाराबद्दल? अनियमित आयुष्याबद्दल? बौद्धिक गुलामगिरीबद्दल? की रात्रपाळ्यांबद्दल? कशाबद्दल हेवा? पण राजाजी जास्त काही म्हणाले नाहीत. फक्त, हेवा वाटतो एवढंच बोलले. मला वाटतं. रोजचा पेपर फुकट मिळतो त्याबद्दलच– (पाने लावीत) यस् सर! लागला! सिक्वेन्स लागला. सत्त्या, छक्क्या, पंजा, तिर्‍र्या आणि हा आता...

[दारावर खडखडाट. काशीनाथ दचकतो, भितो, आत जायला

निघतो.]

किराणामालवाला : (बाहेरून) उपाध्ये शेठ–अहो उपाध्ये शेठ–पळाले का जागा सोडून? उपाध्ये शेठ–

काशीनाथ : (अनिश्चित, कावऱ्याबावऱ्या सुरात) मालू–

वसंता : (डाव टाकून उठत) मी पाहतो वहिनी. आता पाळी माझी. आत जा तुम्ही.

[दोघे आत जातात. वसंता जाऊन दार उघडतो. किराणामालवाल्याला घेऊन येतो.]

वसंता : (त्याला आणताना) या, भाऊ–

किराणा : अरे काय भाऊ! कोण भाऊ? उपाध्ये कुठं पळाले?

वसंता : (खुर्ची देत) बसा.

किराणा : उपाध्ये शेठ–

वसंता : पण मी आहे ना.

किराणा : तुम्हांला काय गोणीत भरून विकायला ठेवायचेत? उपाध्ये शेठ पाहिजेत आम्हांला! आत आहेत? तोंड चुकवून चालणार नाही, म्हणावं! वाजवून घेऊ सेव्हण्टी टू रुपीज फाइव ॲनाज थ्री पाईज. हां!

वसंता : आम्ही तुम्हांला सेव्हण्टी थ्रीच्या नोटाच देऊ–

किराणा : तोंडची वाफ राखून ठेवा, मास्तर! नोटा देणार सेव्हण्टी थ्रीच्या! तीन महिन्यांत एक दिडकी नाही दिली! दारावर सरकारची हकालपट्टीची नोटीस लागलीय तुमच्या! आमच्या पैशाचं काय? उपाध्येना बोलवा बाहेर–चुकत नाही म्हणावं ते तुमच्या–

वसंता : आणि तुमच्याही–

किराणा : हां, बाप काढू नका!

वसंता : छे, कुठे काढला?

किराणा : पाच महिन्यांची अमाऊंट पेंडिंग आहे! फेऱ्या तरी किती मारायच्या त्यासाठी? तगादे किती लावायचे?

वसंता   : फार लावलेत.

किराणा : पण त्यांना त्याचं काही?

वसंता   : प्रकृती सुधारते आहे-तुमची!

किराणा : आमची प्रकृती राहू द्या! श्रमाचा पैसा आहे! तुमच्या डोळ्यांत
          सलायचं कारण नाही! पण बिलाचं काय आमच्या?

वसंता   : चुकतं होणार ते.

किराणा : काय दामाजीचं सोंग घेऊन परमेश्वर यायचा आहे तुमचं बिल
          चुकतं करायला?

वसंता   : येईलही–

किराणा : पाहा वाट खुशाल! आपल्याला रक्कम पाहिजे. बाहेर या हो
          उपाध्ये-भागूबाईसारखे लपलेत! दर वेळी एक त्या बाई नाही
          तर तुम्ही! बाई माणूस म्हणून साहजिक भीड पडते. आणि
          तुम्ही-(शब्द तोकडे पडून) तुम्ही–

वसंता   : वसंता दळवी. वडलांचं नाव सुधाकर.

किराणा : सांगा उपाध्यांना, आमची नजर आहे म्हणावं! कसे पळता
          इथून उद्या ते पाहतो! पठाण घेऊनच येईन खाली! शोभा
          होईल भर रस्त्यात! त्याआधी मुकाट्यानं रक्कम चुकवा, सांगा
          त्यांना–जातो मी–
          [जातो तरातरा.]

वसंता   : (दार लावून घेऊन आत पाहत) या. गेले बंधू.
          [काशीनाथ बाहेर येतो.]

काशीनाथ : सांग, सांगत का नाहीस? 'कसे पळता ते पाहतो. पठाण
          घेऊनच येईन खाली. शोभा होईल भर रस्त्यात!'–(हिंस्रपणे)
          दरोडे-दरोडे घातले पाहिजेत! (वसंता नवलाने पाहतो आहे.)
          आपण दरोडे का घालू नयेत, वश्या? का सन्मार्गानं जगायचं?
          का?

वसंता   : खरं म्हणजे तसं काही निश्चित असं कारण नाही; पण कोर्ट

आहे, तुरुंग आहे–खडी फोडायला लावतात चक्क!

काशीनाथ : या अवहेलनेपेक्षा परवडलं ते.

[स्तब्धता.]

वसंता : मग चला. आज रात्री?

काशीनाथ : आत्ता-या वेळी.

वसंता : (खुंटीचे जाकीट घेऊन दाराकडे जात) वहिनी, जातो हो आम्ही–

मालू : (आतल्या खोलीच्या दाराशी येऊन सचिंतपणे) कुठ चाललात?

काशीनाथ : (तुसडेपणाने) कुठं नाही.

वसंता : वा, नाही कसं? दरोडे घालायला! चुकलं–अनेक नव्हे, एक दरोडा. पण नंतर प्रशस्त वाटलं तर मग दरोडेच. आय मस्ट गेट ए पिस्टोल! निदान अमृतसरचं!

मालू : (कळवळत) वसंतराव, अशी क्रूर थट्टा सुचते तरी कशी तुम्हांला?

वसंता : थट्टा नव्हे ही वहिनी. (निघण्याच्या आविर्भावात) येऊ आम्ही सकाळपर्यंत. तोवर तुम्ही इथं एक मोठा खड्डा खणून ठेवा. लूट पुरायला!

काशीनाथ : (ओरडून) वश्या!–

वसंता : मग काय मुडदे गाडायला?

मालू : वसंतराव!

वसंता : दरोडे घालायला निघाला आहे तुमचा नवरा. दोस्त, ते अंगात असतं तर साबण आणि रद्दी कशाला बरं सुचली असती आपल्याला? मी पेशन्स खेळत आणि तू डोक्याचे केस उपटीत कशाला राहिला असतास इतका वेळ? नाही रे–ते आणून आणता येत नाही–असावं लागतं. रक्तात, हाडांत, पिंडात.' करणारा करतो, विचारीत नाही. आणि आपण, विचाराशिवाय काही करू शकत नाही.

मालू	: पुरे, त्यांना दुखवू नका, वसंतराव.
वसंता	: त्याचा तोच दुखवून घेतो आहे स्वतःला. माझी इच्छा आहे त्यानं सारं विसरावं. आत्मच्छळ बस्स करावा. उद्या सकाळपर्यंत–सामान बाहेर जाण्याचा क्षण येईपर्यंत–चैन, मजा करावी! उत्सव करावा! गावं, नाचावं, हसावं! याच्या स्वप्नरंजनानं त्रास होतो आहे याला. विचारानं क्लेश होताहेत. आणि कसले विचार–नुसते वांझ विचार!
काशीनाथ	: (आवेगाने) मग काय करू मी? नाही थांबत विचार!
वसंता	: शेवटचा विचार कर. जाते आहे सामान रस्त्यावर-टेबल, खुर्ची, कपडे, भांडीकुंडी–
काशीनाथ	: वश्या!
मालू	: वसंतराव–
वसंता	: ऐकताना वाटतं आहे तेवढं म्हणताना हे भयंकर वाटणार नाही तुम्हांला. त्याहूनही पाहताना कमी भयंकर वाटेल. यातना केवळ प्रतीक्षेच्याच असतात! पेशन्सचा खेळ मोठा जीवघेणा! पेशन्सच बाद करायचा! एकदम घटनाच घडते आहे असं मानायचं! निम्मे क्लेश कमी होतात. माणसांच्या भावनांचे धागेदोरे दगडाधोंड्यांतदेखील गुंतून राहतात. तंग झाले की जिवाला काढण्या लागल्यागत होतं. पण एकदाच जोर करून तोडा ते-सुटलं हृदय! आनंद! काहीच जाचत नाही मग!
काशीनाथ	: (स्वतःच्याच तडफडीत.) काही तरी केलं पाहिजे. करीत राह्यलं पाहिजे. कोडं, रेस, जुगार, दारू, काहीही. रेस–रेसलाच जातो– (मालू, वसंता स्तब्ध. घुटमळत) मालू–
मालू	: काय? (काशीनाथ बोलत नाही.)
वसंता	: भांडवल हवं असेल त्याला. मंगळसूत्र. (मालू सुन्न उभी.)
काशीनाथ	: मग–तर मग दुसरं काय उरलं आहे आपल्यापाशी?
वसंता	: कपडे आहेत–अंगावरचे!

मालू	: (काशीनाथकडे जाऊन) हे पाहा, स्वस्थ राहतोस का तू? असा त्रास करून घेशील तर वेड लागेल तुला आणि मला सुद्धा. वाटलं तर झोप चल जरा–किती तरी रात्री झोपलेला नाहीस तू–

[दारावर खडखडाट.]

वसंता	: कोळसेवाला. दार खडखडवण्यावरनं ओळखतो मी आता.

[पुन्हा खडखडाट.]

(दाराकडे जातो.) आत येणार नाही पण, कडी लावून आलोय मी. बाहेरच्या बाहेरच कटवतो त्याला. तसा भोळा आहे बिचारा–

[जातो.]

काशीनाथ	: असंच जायचं आयुष्य. असंच–याहूनही हीन, वाईट–अनिश्चित काळपर्यंत चालायचं. वश्या म्हणतो तेच खरं.
मालू	: देव कसोटी पाहतो म्हणतात एकेकाची. प्रसन्न झाला की वरही देतो. संत सखूची कथा, जनाबाईंची कथा–
काशीनाथ	: भाकडकथा. आणि सगळं हिरावल्यावर वर, काय पाहिजे म्हणून विचारणं हा केवढा क्रूरपणा, मालू! केवढा मानभावीपणा!
मालू	: परमेश्वराला नावं ठेवू नकोस–
काशीनाथ	: असं वाटतं की–स्वयंपाकघरातली तू लावलेली ती दत्ताची तसबीर उचलून–
मालू	: (अगतिकपणे) माझ्यासाठी गप्प राहशील का तू? अशानं माझा धीर खचेल, बघ. (किंचित्काल थांबून) आज सकाळी पूजा करताना मला दृष्टांत झाला–
काशीनाथ	: प्रत्यक्षात कधी काय होणार? दर दिवशी नवे दृष्टांत होताहेत तुला! दर दिवशी नवे अंगारे, दर गुरुवारी हारासाठी एक आणा, दर शनिवारी शनिमाहात्म्य आणि मारुतिस्तोत्राची पारायणं, उपासतापास तर घडतातच आहेत! कशासाठी हे सर्व? अखेर आपलंच मरण आपणच पाहण्याच्या उद्या सकाळच्या

भाग्यासाठी?

[वसंता येतो.]

वसंता : (एक पाकीट हातात) पत्र. पोस्टमननं आणलं आत्ताच.

काशीनाथ : (उसळून ते हिसकावू पाहत) पाहू–कुणाचं पत्र? कसलं पत्र? (वसंता पाकीट मागे धरतो. त्याला) काय आहे त्यात? काय आहे? (वसंताच्या मुद्रेवर ओझरते स्मित.) का हसलास?

वसंता : (पाकीट देत) पाकीट पाहा ना. अर्जाचं उत्तर आहे ते. वहिनींच्या.

मालू : (आशेने) काय आहे उत्तरात?

काशीनाथ : (त्याने उत्तर घाईघाईने वाचले आहे. ते चुरगळून फेकून देत) नकार! (बरेच काही तरी बोलायचे आहे. पण बोलत नाही. बसून राहतो उद्विग्नपणे. मालू स्तब्ध.)

मालू : (या नव्या निराशेतून सावरून, वसंताला) गेला कोळसेवाला?

वसंता : नाही. पण जाईल–

काशीनाथ : (तापून) आणि मग तू–

वसंता : पत्र आलं ना.

[या उल्लेखाने पुन्हा स्तब्धता.]

मालू : (वसंताला) मग जाता ना त्याच्याकडे? नाही तर आत येईल तो–

वसंता : कोळसेवाला? नाही यायचा. आला तरी तोंडातून शब्द फुटणार नाही त्याच्या.

मालू : म्हणजे?

वसंता : गॅस चढला आहे त्याचा. (दोघांकडे पाहत) चेष्टा नव्हे. मी बाहेर गेलो आणि पहिल्याच वाक्याला गॅस चढला त्याचा. ओरडून बोलला, एवढंच निमित्त. छातीवर पंजा दाबून धाप घालायला लागला. विचारलं की खुणेनं 'हं' म्हणायचा. पुन्हा भाता चालू. अखेर आता आत येताना त्याचा कोट काढून त्याला बसायला एक स्टूल दिलं जवळ पडलं होतं ते. वारा

घातला रुमालानं. तेव्हा जरा बरं वाटलं त्याला. मला म्हणाला, "जा तुम्ही. जाईन मी आणखी बरं वाटलं की हळू हळू." संपूर्ण बरं वाटल्यावरच पुन्हा यायला सांगून आलो त्याला. हो, नाही तर थकलेलं बिल वसूल करायला येऊन पापपुण्याचा हिशेब चुकता करायला थेट वर जायला नको. (हसण्याचा प्रयत्न करतो. कुणीच हसत नाही. मग तोही हसेनासा होतो. बसून पत्ते उचलीत) तशी बरी असतात माणसं. बिथरतात देणी फार थकली म्हणजे. ह्यूमन साइड समजावून घेतली पाहिजे. देणेकरी काय, घेणेकरी काय, गॅसेस सगळीकडे तेच की नाही? (पाने मांडू लागतो.)

काशीनाथ : (किंचित्काळाने, उजळत) वश्या.

वसंता : काय?

काशीनाथ : (त्याच्याजवळ जाऊन) वश्या, अप्पांकडे का जायचं नाही आपण?

वसंता : (तो पुढे काहीच बोलत नाही असे पाहून) कशासाठी?

काशीनाथ : आणखी कशासाठी? पैशासाठी. ते देतील थोडेफार. नक्की देतील–असतात त्यांच्याकडे भरपूर–देत असत ते आपण होऊन– (वसंता गप्प. पाने लावतो आहे.) तू माग! (वसंता गप्प. पाने मांडतो आहे. अखेर कावून) मग काय असंच मरायचं सर्वांनी स्वस्थ बसून? (वसंता पाने मांडतोच आहे. भडकून) राक्षस– फत्तर आहेस तू! कसाब आहेस!

मालू : काशू–

काशीनाथ : (लक्ष न देता) अंत:करण नाही तुला, माणुसकी नाही! मैत्रीची किंमत नाही! साधं तुझ्यासाठी केलं त्याची जाणीवसुद्धा–

मालू : तू आत चल, काशू–

काशीनाथ : काहीच वाटत नाही पाहा त्याला! मख्ख मुद्रेनं पत्ते कुटीत बसलाय! हसतोय, गातोय, मजा करतोय! माझी शोभा पाहतोय

तो! उद्या माझा संसार वाटेवर जाताना, मी देशोधडीला लागताना, चारचौघांसमोर रस्त्यावर माझी विटंबना होत असताना जास्त मजा वाटेल त्याला! जास्त आनंद होईल! पाजी!–

मालू : (त्याला ओढीत) काशू–आत चल म्हणते ना मी–आत चल– (ती काशीनाथला नेत असताना वसंता पत्ते टाकून उठतो, जाकीट चढवतो, दाराकडे जातो.) कुठं चाललात?

वसंता : आलो मी जरा जाऊन.

मालू : पण–पण त्यांचं मनावर घेऊ नका तुम्ही–

वसंता : कुठवर. अप्पांच्या घरापर्यंत जाऊन, घुटमळून, कितीदा परत आलो आहे मी, हे सांगितलेलं नाही मी तुम्हा कुणालाच. आणखीसुद्धा काही घरांच्या पायऱ्यांशी गेलो आणि परत आलो. फार उदार, फार चांगली माणसं राहतात त्या घरांतून. केव्हा ना केव्हा माझ्यावर उपकार केलेली– उपकाराच्या जाणिवेव्यतिरिक्त कुठलीच अपेक्षा न ठेवता उपकार केलेली. उपकारांची जाणीव! मेल्याहून मेलं करणारी. मिंधेपणाचं विष भिनवणारी. वाटलं की याहून आणखी उपवास, आणखी हाल चालतील; पण नाही जायचं कुणाकडे! आता मात्र जाणार आहे–अप्पांकडे. पैसे आणतो मी. मागून, हात पसरून, लाचार हसून, परतफेडीचं खोटं आश्वासन देऊन–

काशीनाथ : (अडवून) थांब. नको जाऊस तू.

वसंता : का? का नको जाऊ?

काशीनाथ : डोकं कामांतून गेलं आहे माझं.

वसंता : त्यावरच उपाय आणतो मी. पैसे!

काशीनाथ : (दु:खभराने) क्षमा कर मला, वश्या–क्षमा कर–

वसंता : (किंचित्काल स्तब्ध. मग त्याच्या खांद्यावर हात ठेवून) क्षमा केली आहे. (हसतो मोठ्यांदा. जागेकडे येऊन पत्ते घेऊन बसतो पुन्हा.)

काशीनाथ : (स्टुलावर बसतो. थकल्या, विटल्या सुरात) या जगात अखेर कोणी कुणाचं नाही, मालू. मॅन इज अॅन आयलँड एण्टायर ऑफ इटसेल्फ...असं वाटतं की संन्यास घ्यावा, हिमालयात जावं. (थांबून) अर्थात तुला घेऊन. आणि वश्याला. (थांबून अखेर हे सगळं म्हणजे काय आहे, मालू? दोन दिवसांचा, दोन घटकांचा खेळ–

वसंता : वेडा आहेस.

काशीनाथ : वाटायचाच तुला.

वसंता : वहिनींना विचार. (थांबून) अर्थात् या वेळी खरं बोलणार नाहीत त्या. तुझ्याबद्दल तरी. म्हणून तर स्त्रीला देवता म्हणतात. (किंचित्कालाने गूढ सुरात) साऱ्या स्त्रिया तुमच्यासारख्याच असतील का हो, वहिनी?

मालू : मला नाही माहीत.

वसंता : नसतील. निदान तशा त्या नसू देत.

मालू : का?

वसंता : साऱ्याच पुरुषांना मग लग्नं करावीशी वाटतील. संसार-मुलंबाळं–

मालू : मग त्यात काय बिघडलं?

वसंता : नाही. कुठं काय? काही तरीच म्हणालो मी.

[उठून दुसरीकडे जातो. तिथे उभा राहतो उरल्या दोघांकडे पाठ करून. दारावर खडखडाट. मग ठोकठोक.]

दूधवाला.

[काशीनाथ जागचा उठून उभा राहतो.]

नसेल, मला वाटतं धोबीच.

[दारावर ठकठक. खडखडाट.]

की किराणामालवाला परत आला?

[दारावर खडखडाट.]

काशीनाथ : (वश्याला) दार उघड.

वसंता   : तू आत पळतोस ना आधी?
काशीनाथ   : नाही.
वसंता   : अं?
काशीनाथ   : इथंच राहणार आहे मी. या इथं.
वसंता   : त्यांच्यासमोर? देणेकऱ्यांसमोर?
            [खडखडाट.]
काशीनाथ   : हो.
वसंता   : काश्या–
काशीनाथ   : हो. समोर उभा राहणार आहे मी त्याच्या.
वसंता   : अरे पण-तुला तो–
काशीनाथ   : बोलेल, निर्भर्त्सना करील, थुंकेल माझ्या तोंडावर! फार तर
            मारील! ते चालेल मला. पण यापुढं भ्याडपणा नाही व्हायचा.
            नाहीच व्हायचा! माझी मला लाज वाटते त्याची, वश्या! शरम
            वाटते!
            [खडखडाट.]
वसंता   : पण असं अस्थानी शौर्य–
काशीनाथ   : भ्याडपणापेक्षा फार बरं ते.
वसंता   : वहिनी, तुम्ही तरी याला–
काशीनाथ   : नाही, कुणाचंच ऐकणार नाही मी या बाबतीत. माणसासारखं
            जगायचं आहे मला! आणि मी भ्याड राहावं असं माझ्या
            बायकोला तरी कसं वाटेल?
वसंता   : अरे यात भ्याडपणा नाही, हे साधे डावपेच–
काशीनाथ   : कशासाठी डावपेच? काय मिळवायचंय, काय राखायचंय?
            (खडखडाट.) थांब–मीच दार उघडतो–(उघडायला जातो निघून
            झपाट्याने.)
वसंता   : (त्याच्या पाठोपाठ एक पाऊल जाऊन) काश्या–
            [अप्पा येतात. दिसण्याआधी दाराशी बोबडी वाक्ये : ''अरे

काय आहे काय? किती दार वाजवायचं माणसानं?'' एका काखेत पहिल्या अंकात उल्लेखिलेला नग्न पुतळा. दुसऱ्या काखेत प्लास्टरचा ससा. त्याच हातात छोटीशी बॅग. तोंडात सिगारेट. पाठोपाठ काशीनाथ येऊन उभा. मुद्रेवर आश्चर्य. किंचित हर्ष.]

अप्पा : (प्रथम बॅग खाली ठेवतात. काहीशा रिकाम्या झालेल्या त्या हाताने तोंडातले सिगारेटचे थोटूक काढून घेतात. मालूला सस्मित) काय, वहिनी– [तिच्या मुद्रेवर संकोच, थोडासा हर्ष. अप्पा सारे सामान खाली ठेवतात.]

वसंता : अप्पा–

अप्पा : (स्मित करीत) मीच! तुमच्यांत राहायला आलो.

काशीनाथ : (घुटमळत) पण–अप्पा–

अप्पा : साबणाचा धंदा जोरात चालू असेल, होय की नाही तुमचा? आणि तुमचा जर्नालिझमही वसंतराव! सरकार कायदे करत आहे तुमच्यासाठी! काशीनाथपंत, (मालूकडे चोरटे पाहून) डोहाळे लागलेले दिसतात तुम्हांला! कुमार काशीनाथपंत मिळणार म्हणायचे आम्हांला पाहायला लवकरच अं? काका खेळवायला आहेच आता! मजा दिसते तुम्हा सर्वांची! (खिसे चाचपून एक मिनारचं पाकीट काढतात बाहेर. त्यातून एकुलती एक सिगारेट काढतात.) मॅचेस? (वसंता आणून देतो.) थँक्स. (सिगारेट पेटवून जवळच्या खुर्चीत तृप्तपणे बसतात.) तुमच्यापैकी कुणीच का काही बोलत नाही? (पाहतात. तरीही सगळे गप्प.) अरे बोला, बोला–

वसंता : आम्ही बेकार आहोत.

काशीनाथ : सहा महिन्यांचं भाडं थकलंय.

मालू : उद्या जागेतून बाहेर व्हावं लागणार.

वसंता : शिवाय इतर देणं तीन-साडेतीनशे.

[स्तब्धता. अप्पा थक्क.]

अप्पा : खरं बोलता?

वसंता : खोटं बोलून काय मिळणार?

अप्पा : तेही खरंच. (विचार करण्याचा क्षणभर प्रयत्न करून) विश्वास बसत नाही बुवा आपला. म्हणजे अगदी सिनेमातली सिच्युएशन आहे ही!

काशीनाथ : कशातलीही समजा.

अप्पा : पण–यू मीन–एकदमच–कसं झालं सगळं असं?

मालू : मग कसं होणार?

अप्पा : तेही खरं. बट् नो, म्हणजे–आय मीन–इट्स् फनी!

काशीनाथ : (जरा कावून) काय फनी?

अप्पा : आय मीन–हे सगळं. तुम्ही बेकार. (किंचित्कालाने) मी बेकार!

वसंता : (चमकून) अप्पा!

अप्पा : हो. आता काय सांगू, आमची चार पिक्चर्स दणादण आपटली. कंपनीनं दिवाळं काढलं. टाचा काय, जप्त्या काय, फौजदाऱ्या काय, संप काय, नको नको ते झालं. मालक पाकिस्तानात पळाला हिरॉइनला घेऊन. आणि प्रॉडक्शन मॅनेजर म्हणून जिथं तिथं मी सापडायची वेळ आली. सामान विकलं; जागा विकली; शक्य ते सारं चुकतं केलं. बाकीच्यांना धडाधड प्रॉमिसरी नोटा लिहून दिल्या. आणि मोकळा झालो. प्रॉमिसरी नोटा पन्नास साठ तर सहज! मग विचार केला, कुठं जावं? पुढं काय? जवळ हे एवढंच उरलं होतं. (ससा उचलत) हा ससा-वहिनींना पसंत पडलेला–आणि (ससा त्यांच्या हातातून पडून फुटतो. किंचित्काल ते पाहून) झालं? म्हणजे हाही गेला! (पुढल्या क्षणाला त्यातून मन काढून) चांगलं काही टिकण्याचे दिवस नाहीत. (ससा गेला तिकडे पाहून) हा गेला आणि (पुतळ्याकडे पाहत) हा उरला आहे! जस्ट इमॅजिन!

काय परिस्थिती! सगळं विकलं, पण हा घ्यायला कुणीच तयार होईना. डोळे फाडून पाहायचा जो तो; पण घ्या म्हटलं की नकार! काय करणार? बरोबर आणावा लागला. हूं. तर मग आपण सगळेच आगाखान झालो! वंडर! (खिशात हात.) बरी आठवण झाली पाहा, आत्ता येण्यापूर्वीच मी माझा रेडियो विकला, त्याचे आले (खिसे शोधतात) दोनशे रुपये–

[सगळ्यांचे चेहरे उजळतात.]

त्यातले किती गेले? दहा न् पाच पंधरा न् वीस पस्तीस न्–

[सगळे स्वत:च्या नकळत आशाळभूत.]

मला वाटतं–(मान हलवून) नाहीच. (पुन्हा खिसे चाचपणे.) सापडले. (बाहेर काढतात नोटा. शंभर तरी असणार हे. मोजा काशीनाथपंत– [काशीनाथ नोटा घेऊन भराभरा मोजतो.]

काशीनाथ : (पडक्या सुरात) ऐंशी

अप्पा : बस्स? वीस कुठं गेले? (विचारमग्न. मग त्राग्याने) काय करावे बुवा, पैसेच टिकत नाहीत! (काशीनाथ पैसे त्यांच्याजवळ देतो. ते घेऊन) वहिनी, हे तुमच्याजवळ तरी टिकतात का पाहा. ठेवा–

वसंता : (उभ्या जागेवरूनच) थांबा! (सगळे पाहतात. त्यांच्याकडे जात) अप्पा, इकडे आणा ते पैसे.

काशीनाथ : कशाला?

वसंता : दोन महिन्यांचं भाडं म्हणून भरायचे ते. उरलं भाडं चार महिन्यांचं. आणखी दोन महिने तरी जागा राहील आपली.

काशीनाथ : अं?

अप्पा : (प्रकाश पडून, टाळी देत) आयडिया!

मालू : (रुक्षपणे) आणि?

वसंता : (घरातले सामान दाखवीत) हे सगळं सामान विकून आणखी पैसे जमतील.

काशीनाथ : त्यांनी किती दिवस जाणार?

वसंता : पण प्रयत्न तर करायला सवड सापडली! उद्याची सकाळ आपण अडवू शकत नव्हतो; पण दोन महिन्यांनंतरचं संकट आपण नक्की परतवू शकू. निदान प्रयत्न करू! चला वहिनी, टेबलाचे ड्रॉवर्स रिकामे करा. अप्पा, तुम्ही पुस्तकं बांधा ती– मी माझं सगळं सामान बांधतो–(व्हरांड्याकडे पळू लागतो. थांबून) हो. आणि काश्या, तू अलमारी रिकामी कर–

अप्पा : थांबा! (गडबडीने पुतळ्याकडे जाऊन तो उचलीत) हा प्रथम विका!– (उंच धरून) हवा तर फुकट द्या कुणाला–(धरून उभे.)

[पडदा.]